# SÁCH NẤU ẨM ĐƯỜNG PHỐ ĐÀI LOAN



Thưởng thức hương vị đích thực của Đài Loan. 100 Công Thức Không Thể Cưỡng Lại Từ Những Chợ Đêm Nhộn Nhịp

Kiều Nguyễn

# GIỚI THIỆU

Chào mừng đến với thế giới sôi động của ẩm thực đường phố Đài Loan! Trong cuốn sách dạy nấu ăn này, chúng tôi mời bạn tham gia vào cuộc phiêu lưu ẩm thực qua những khu chợ đêm nhộn nhịp của Đài Loan. Nổi tiếng với bầu không khí sôi động và những món ăn ngon miệng, ẩm thực đường phố Đài Loan mang đến một loạt hương vị và kết cấu hấp dẫn sẽ đưa vị giác của bạn đến với đường phố Đài Loan. Cuốn sách nấu ăn này là hướng dẫn giúp bạn tái tạo hương vị đích thực của món ăn đường phố Đài Loan trong chính căn bếp của mình.

Thức ăn đường phố Đài Loan phản ánh chân thực di sản ẩm thực phong phú và ảnh hưởng văn hóa đa dạng của hòn đảo. Từ các món ăn nhẹ mặn và mì thơm đến các món ngọt và đồ uống giải khát, chợ đêm ở Đài Loan là một kho tàng ẩm thực hấp dẫn. Trong cuốn sách nấu ăn này, chúng tôi tôn vinh tinh hoa của ẩm thực đường phố Đài Loan, giới thiệu cho bạn bộ sưu tập các công thức nấu ăn thể hiện được tinh thần sống động và hương vị đặc biệt của món ăn này.

Trong những trang này, bạn sẽ khám phá hành trình ẩm thực qua các khu chợ đêm của Đài Loan. Từ các món ăn mang tính biểu tượng như Phở bò và Gua Bao cho đến các món ăn nhẹ phổ biến như Bánh kếp hành lá và Thịt gà rán cốt lết, chúng tôi đã tuyển chọn một bộ sưu tập thể hiện sự phong phú và sâu sắc của ẩm thực đường phố Đài Loan. Mỗi công thức đều có hướng dẫn chi tiết, nguyên liệu thiết yếu và hiểu biết sâu sắc về ý nghĩa văn hóa của món ăn. Chuẩn bị dấn thân vào một cuộc phiêu lưu đầy hương vị sẽ mang hương vị của Đài Loan vào nhà bạn.

Nhưng cuốn sách nấu ăn này không chỉ là tập hợp các công thức nấu ăn. Chúng tôi sẽ hướng dẫn bạn các nguyên liệu, gia vị và kỹ thuật độc đáo tạo nên món ăn đường phố Đài Loan. Chúng tôi sẽ chia sẻ các mẹo về nơi tìm nguồn nguyên liệu đích thực, cách đạt được sự cân bằng hoàn hảo giữa các hương vị và cách tái tạo không khí nhộn nhịp của bữa tiệc chợ đêm. Hãy để chúng tôi hòa mình vào nền văn hóa sôi động của nền ẩm thực đường phố Đài Loan và giúp bạn mang hương vị của nó vào cuộc sống trong chính căn bếp của bạn.

Vì vậy, cho dù bạn đang thèm một món ăn nhẹ ở chợ đêm yêu thích, muốn khám phá những hương vị mới hay chỉ đơn giản là khao khát năng lượng sôi động của chợ đêm Đài Loan, hãy để SÁCH NẤU ẨM ĐƯỜNG PHỐ ĐÀI LOAN làm hướng dẫn viên cho bạn. Hãy sẵn sàng thưởng thức hương vị đích thực của Đài Loan và trải nghiệm niềm vui khi tái hiện những món ăn đường phố yêu thích gắn kết mọi người lại với nhau.

# BỮA SÁNG

1. Sấy khô Đài Loan Trứng tráng củ cải

**THÀNH PHẦN:**

- 4 quả trứng lớn
- 1/2 chén củ cải khô (củ cải bảo quản), ngâm và băm nhỏ
- 2 củ hành xanh, xắt nhỏ
- 1 muỗng canh nước tương
- 1/2 thìa cà phê đường
- Dầu thực vật để chiên

**HƯỚNG DẪN:**

a) Trong một cái bát, đánh trứng cho đến khi trộn đều.
b) Cho củ cải khô băm nhỏ, hành lá xắt nhỏ, nước tương và đường vào tô. Khuấy đều để kết hợp tất cả các thành phần.
c) Đun nóng dầu thực vật trong chảo chống dính hoặc chảo rán trên lửa vừa.
d) Đổ hỗn hợp trứng vào chảo và dàn đều.
e) Nấu món trứng tráng trong khoảng 2-3 phút cho đến khi mặt dưới có màu nâu vàng và chín.
f) Lật trứng tráng cẩn thận và nấu mặt còn lại thêm 2-3 phút nữa cho đến khi chín.
g) Lấy trứng tráng ra khỏi chảo và để nguội một chút trước khi cắt thành từng lát.
h) món trứng tráng củ cải khô Đài Loan như một món ăn phụ hoặc với cơm trắng.

2.Bánh xèo hành lá

**THÀNH PHẦN:**

- 2 chén bột mì đa dụng
- 1 cốc nước sôi
- 1/4 chén hành lá xắt nhỏ (hành lá)
- 2 muỗng canh dầu thực vật
- Muối để nếm

**HƯỚNG DẪN:**

a) Trong một tô trộn lớn, thêm bột mì vào và từ từ đổ nước sôi vào, dùng thìa hoặc đũa khuấy đều.
b) Sau khi bột đã hòa quyện, nhào bột trên bề mặt đã rắc chút bột mì cho đến khi mịn.
c) Đậy bột bằng một miếng vải ẩm và để bột nghỉ trong 30 phút.
d) Chia bột thành 4 phần bằng nhau. Lấy một mảnh và cuộn nó thành một vòng tròn mỏng.
e) Quét dầu thực vật lên bề mặt, rắc hành lá xắt nhỏ và nêm muối.
f) Cán bột thật chặt thành hình trụ, sau đó cuộn thành hình xoắn ốc.
g) Dùng cán cán phẳng miếng bột đã cuộn để tạo hình bánh pancake.
h) Đun nóng chảo trên lửa vừa và thêm một ít dầu. Chiên bánh pancake cả hai mặt cho đến khi có màu vàng nâu và giòn.
i) Lặp lại quá trình với phần bột còn lại.
j) Cắt bánh pancake thành từng miếng vừa ăn và dùng nóng.

3.Sắt Trứng

**THÀNH PHẦN:**

- 6-8 quả trứng luộc chín, bóc vỏ
- 1 cốc nước tương
- 1 ly nước
- 1/4 chén nước tương đen
- 2 thìa đường
- 2 thìa cà phê bột ngũ vị hương Trung Quốc
- 1 muỗng cà phê lá trà đen (tùy chọn)
- 2 cây hồi (tuỳ thích)

**HƯỚNG DẪN:**

a) Trong nồi, trộn nước tương, nước, xì dầu đen, đường, bột ngũ vị hương, lá trà đen (nếu dùng) và hoa hồi (nếu dùng). Đun sôi hỗn hợp và đun nhỏ lửa trong 5 phút.

b) Cho trứng luộc chín vào nồi, đảm bảo trứng ngập hoàn toàn trong nước sốt.

c) Đậy nắp nồi và để trứng sôi trong nước sốt ít nhất 1 giờ hoặc qua đêm để có hương vị đậm đà hơn.

d) Lấy trứng ra khỏi nước sốt và để nguội.

e) Sau khi nguội, Tie Dan (Trứng sắt) đã sẵn sàng để thưởng thức như một món ăn nhẹ đường phố nổi tiếng của Đài Loan.

4.chiên hàu

**THÀNH PHẦN:**

- 8 con hàu tươi
- 2 quả trứng lớn
- 1/4 chén bột mì đa dụng
- 1/4 chén tinh bột khoai lang hoặc bột ngô
- 1/2 cốc nước
- 1/2 thìa cà phê muối
- 1/4 thìa cà phê tiêu trắng
- 2 muỗng canh dầu thực vật
- 1/4 chén ngò tươi xắt nhỏ
- 2 thìa tương ớt ngọt

**HƯỚNG DẪN:**

a) Trong một cái bát, đánh trứng, bột mì, tinh bột khoai lang hoặc bột bắp, nước, muối và tiêu trắng cho đến khi mịn.

b) Đun nóng dầu thực vật trong chảo rán trên lửa vừa.

c) Đổ một nửa lượng bột vào chảo và dàn đều để tạo thành một chiếc bánh xèo mỏng.

d) Xếp một nửa số hàu lên trên mặt bánh.

e) Nấu khoảng 1-2 phút cho đến khi các cạnh của bánh bắt đầu chuyển sang màu nâu vàng.

f) Lật bánh lại và nấu thêm 1-2 phút nữa cho đến khi trứng tráng chín và giòn.

g) Lấy trứng tráng ra khỏi chảo và đặt nó lên đĩa phục vụ.

h) Lặp lại quá trình với phần bột và hàu còn lại.

i) Rắc trứng tráng với ngò xắt nhỏ và rưới tương ớt ngọt lên trên.

j) Phục vụ món OA-Chian / O Ah Jian nóng hổi như một món ăn đường phố nổi tiếng của Đài Loan.

5.Bánh Crepe Trứng Đài Loan (Dan Bing)

**THÀNH PHẦN:**

- 2 quả trứng lớn
- 2 muỗng canh bột mì đa dụng
- 2 muỗng canh nước
- 1 muỗng canh nước tương
- 1 muỗng canh dầu thực vật
- Hành lá thái mỏng (tùy chọn)

**HƯỚNG DẪN:**

a) Trong một cái bát, đánh trứng, bột mì đa dụng, nước và nước tương cho đến khi mịn.

b) Đun nóng dầu thực vật trong chảo chống dính trên lửa vừa.

c) Đổ một phần hỗn hợp trứng vào chảo, xoay đều để phủ đều đáy chảo.

d) Nấu trong vài phút cho đến khi bánh crepe trứng chín và vàng nhẹ một mặt. Lật và nấu trong một phút ở phía bên kia.

e) Lấy bánh crepe trứng ra khỏi chảo và lặp lại quy trình với hỗn hợp trứng còn lại.

f) Cắt bánh crepe trứng đã nấu chín thành từng dải và dùng làm món ăn kèm hoặc bọc chúng trong bánh mì dẹt như một món ăn vặt đường phố nổi tiếng của Đài Loan có tên là "Dan Bing Jian Bing".

# BÁNH

## 6.Tiểu Long Bảo

**THÀNH PHẦN:**

- 2 chén bột mì đa dụng
- 1 cốc nước ấm
- 1/2 lb thịt lợn xay
- 1/4 chén măng băm
- 1/4 chén gừng băm
- 2 muỗng canh nước tương
- 2 muỗng canh giấm gạo
- 1 muỗng canh dầu mè
- 1 thìa đường
- Muối và hạt tiêu cho vừa ăn

**HƯỚNG DẪN:**

a) Trong một tô trộn, trộn bột mì và nước ấm để làm bột. Nhào cho đến khi mịn và để yên trong 30 phút.

b) Trong một bát riêng, trộn đều thịt lợn xay, măng, gừng, nước tương, dầu mè, đường, muối và tiêu. Để qua một bên.

c) Cán bột thành hình khúc gỗ dài, sau đó cắt thành từng miếng nhỏ. Cuộn từng miếng thành một vòng tròn mỏng.

d) Đặt một thìa nhỏ nhân thịt lợn vào giữa mỗi hình tròn bột. Cẩn thận gấp các mép bột xung quanh phần nhân, xếp nếp và dán kín ở trên.

e) Hấp Tiểu Long Bao trong nồi hấp tre khoảng 10-12 phút cho đến khi chín.

f) Ăn nóng với nước chấm làm từ nước tương và giấm gạo.

7.Quách Bảo

**THÀNH PHẦN:**

- 1 lb bụng heo
- 1/4 chén nước tương
- 1/4 chén nước sốt hoisin
- 2 muỗng canh đường nâu
- 2 tép tỏi, băm nhỏ
- 1 thìa cà phê bột ngũ vị hương
- 1 muỗng cà phê dầu mè
- Lá ngò tươi
- đậu phộng giã nhuyễn
- Cải bẹ xanh ngâm Đài Loan
- Bánh bao hấp

**HƯỚNG DẪN:**

a) Trong một bát, trộn đều nước tương, tương đen, đường nâu, tỏi, bột ngũ vị hương và dầu mè.

b) Ướp thịt ba chỉ trong hỗn hợp nước sốt ít nhất 2 tiếng hoặc qua đêm.

c) Làm nóng lò ở nhiệt độ 325°F (165°C). Đặt thịt ba chỉ đã ướp lên khay nướng và nướng trong khoảng 2 giờ cho đến khi bên ngoài mềm và giòn.

d) Lấy bụng lợn ra khỏi lò và để yên trong vài phút. Sau đó cắt nó thành từng miếng mỏng.

e) Hấp bánh cho đến khi mềm và ấm.

f) Để kết hợp, phết nước sốt hoisin vào bên trong bánh, sau đó thêm một lát thịt ba chỉ, lá ngò, đậu phộng giã nhuyễn và rau cải muối chua.

g) Phục vụ ấm áp.

8.Hồ Kiều Băng

**THÀNH PHẦN:**

**ĐỐI VỚI BỘT:**

- 3 chén bột mì đa dụng
- 1 ly nước
- 1 thìa cà phê muối

**ĐỐI VỚI ĐIỀN:**

- 1 lb thịt lợn xay
- 2 muỗng canh nước tương
- 2 muỗng canh dầu hào
- 1 muỗng canh nước tương đen
- 1 thìa đường
- 1 muỗng canh dầu thực vật
- 2 thìa cà phê tiêu đen
- 2 tép tỏi, băm nhỏ
- 2 củ hành xanh, xắt nhỏ

**HƯỚNG DẪN:**

a) Trong một tô trộn, trộn bột mì đa dụng, nước và muối. Nhào cho đến khi tạo thành một khối bột mịn.

b) Đậy bột lại và để bột nghỉ 30 phút.

c) Trong một bát riêng, trộn đều thịt lợn xay, nước tương, dầu hào, nước tương đen, đường, tiêu đen, tỏi băm và hành lá xắt nhỏ.

d) Đun nóng dầu thực vật trong chảo trên lửa vừa. Thêm hỗn hợp thịt lợn và nấu cho đến khi thịt có màu nâu và chín. Hủy bỏ nhiệt và để nguội.

e) Làm nóng chảo hoặc vỉ nướng trên lửa vừa.

f) Chia bột thành từng phần nhỏ và cán từng phần thành hình tròn mỏng.

g) Múc một phần nhân thịt lợn đã nấu chín vào giữa miếng bột tròn.

h) Gấp các cạnh của vòng tròn bột lên trên phần nhân, gói lại thành hình bánh bao. Lặp lại với phần bột và nhân còn lại.

i) Đặt bánh lên chảo hoặc vỉ nướng đã làm nóng trước và nướng trong vài phút cho mỗi mặt cho đến khi bột chín và có màu vàng nâu.

j) Phục vụ món Hu Jiao Bing nóng hổi như một món ăn nhẹ đường phố thơm ngon và hấp dẫn.

9.mantou

**THÀNH PHẦN:**

- 2 1/2 chén bột mì đa dụng
- 1 thìa đường
- 1 thìa cà phê men instant
- 1/2 thìa cà phê muối
- 1 cốc nước ấm
- Dầu thực vật (để đánh răng)

**HƯỚNG DẪN:**

a) Trong một tô trộn, trộn bột mì, đường, men và muối. Dần dần thêm nước ấm trong khi khuấy cho đến khi tạo thành bột mềm.

b) Nhào bột trên bề mặt đã rắc bột mì khoảng 5 - 7 phút cho đến khi mịn và đàn hồi. Cho bột vào tô có phết dầu, phủ khăn ẩm lên và để ở nơi ấm áp trong 1-2 giờ cho đến khi bột nở gấp đôi.

c) Đấm bột và chia thành từng phần nhỏ.

d) Định hình từng phần thành hình bánh tròn hoặc hình bầu dục.

e) Đặt bánh lên xửng hấp có lót giấy da hoặc lá bắp cải, đảm bảo chừa đủ khoảng trống giữa chúng để bánh nở ra.

f) Đậy khay hấp bằng khăn ẩm và để bánh nở thêm 30 phút nữa.

g) Hấp bánh ở lửa lớn trong khoảng 15-20 phút cho đến khi bánh chín và mềm.

h) Lấy bánh hấp ra khỏi nồi hấp và phết một ít dầu thực vật để bánh có độ bóng.

i) Phục vụ món Mantou nóng như một món ăn đa năng trong ẩm thực Đài Loan. Chúng có thể được thưởng thức đơn giản hoặc với nhiều loại nhân khác nhau.

10.Đậu Sa Bảo

**THÀNH PHẦN:**

**ĐỐI VỚI BÁNH BUN:**

- 3 chén bột mì đa dụng
- 1/4 cốc đường
- 2 muỗng cà phê men ăn liền
- 1/2 thìa cà phê muối
- 1 cốc nước ấm

**ĐỐI VỚI BÁNH ĐẬU ĐỎ:**

- 1 1/2 chén đậu đỏ nấu chín (đậu adzuki)
- 1/2 chén đường
- 2 muỗng canh dầu thực vật

**HƯỚNG DẪN:**

a) Trong một tô trộn, trộn bột mì, đường, men và muối. Dần dần thêm nước ấm trong khi khuấy cho đến khi tạo thành bột mềm.

b) Nhào bột trên bề mặt đã rắc bột mì khoảng 5 - 7 phút cho đến khi mịn và đàn hồi. Cho bột vào tô có phết dầu, phủ khăn ẩm lên và để ở nơi ấm áp trong 1-2 giờ cho đến khi bột nở gấp đôi.

c) Trong chảo, trộn đậu đỏ nấu chín, đường và dầu thực vật. Nấu trên lửa nhỏ, khuấy liên tục cho đến khi hỗn hợp đặc lại thành hỗn hợp sệt mịn. Hủy bỏ nhiệt và để nguội.

d) Đấm bột và chia thành từng phần nhỏ. Định hình từng phần thành hình tròn hoặc hình bầu dục.

e) Dùng lòng bàn tay ấn phẳng từng phần bột và múc một viên nhân đậu đỏ vào giữa.

f) Tập hợp các cạnh của bột và ghim chúng lại với nhau để bịt kín phần nhân.

g) Đặt những chiếc bánh đã đầy lên khay nướng có lót giấy da, chừa một khoảng trống giữa chúng để chúng nở ra.

h) Đậy bánh bằng một miếng vải ẩm và để chúng nở thêm 30 phút nữa.

i) Làm nóng lò ở nhiệt độ 350°F (175°C).

j) Nướng bánh trong lò làm nóng trước khoảng 15-20 phút cho đến khi bánh có màu vàng nâu.

k) Lấy bánh đậu đỏ ra khỏi lò và để nguội một chút trước khi dùng.

11. <u>Bánh mặt trời</u>

**THÀNH PHẦN:**

**ĐỐI VỚI BỘT:**

- 3 chén bột mì đa dụng
- 1/2 chén đường bột
- 1/2 thìa cà phê muối
- 1/2 chén bơ không muối, làm mềm
- 1/2 chén rau rút ngắn
- 1/4 cốc sữa

**ĐỐI VỚI ĐIỀN:**

- 1 1/2 chén mạch nha hoặc mật ong
- 1/4 chén hạt vừng, rang và xay

**HƯỚNG DẪN:**

a) Trong một tô trộn, trộn bột mì, đường bột và muối. Thêm bơ làm mềm và mỡ thực vật. Trộn bằng tay cho đến khi hỗn hợp giống như vụn thô.

b) Dần dần thêm sữa vào trong khi nhào cho đến khi bột quyện lại với nhau. Bọc bột trong màng bọc thực phẩm và để bột nghỉ trong tủ lạnh trong 30 phút.

c) Làm nóng lò ở nhiệt độ 375°F (190°C).

d) Trong chảo, đun nóng mạch nha hoặc mật ong cho đến khi nó trở thành chất lỏng và chảy nước.

e) Chia bột thành từng phần nhỏ và dẹt từng phần thành hình đĩa.

f) Múc một ít maltose lỏng hoặc mật ong vào giữa mỗi đĩa bột.

g) Tập hợp các cạnh của bột và ghim chúng lại với nhau để bịt kín phần nhân.

h) Cuộn từng phần bột đã làm thành một quả bóng và đặt chúng lên khay nướng có lót giấy da.

i) Nhấn nhẹ từng quả bóng để làm phẳng nó một chút.

j) Rắc những quả bóng dẹt với hạt mè nướng và xay.

k) Nướng Bánh Mặt Trời trong lò làm nóng trước khoảng 15-20 phút cho đến khi chúng có màu vàng nâu.

l) Lấy bánh ra khỏi lò và để nguội trước khi dùng.

## 12.Bún Kem Dứa (Pineapple Bao)

**THÀNH PHẦN:**

**ĐỐI VỚI NHIỀU DỨA:**

- 2 chén dứa, thái nhỏ
- 1/4 cốc đường
- 1 muỗng canh bột bắp
- 1 thìa nước cốt chanh

**ĐỐI VỚI BÁNH KEM:**

- 8 cái bánh hấp nhỏ (bao)
- Kem vani

**HƯỚNG DẪN:**

a) Trong chảo, trộn dứa cắt nhỏ, đường, bột bắp và nước cốt chanh. Nấu trên lửa vừa cho đến khi dứa mềm và hỗn hợp đặc lại. Hủy bỏ nhiệt và để nguội.

b) Cắt bánh hấp theo chiều ngang, nhưng không cắt hết, tạo thành một túi để đựng nhân.

c) Múc một lượng lớn nhân dứa vào mỗi chiếc bánh.

d) Đặt một muỗng kem vani lên trên phần nhân dứa.

e) Đóng búi tóc lại và ấn nhẹ để cố định phần nhân.

f) Dọn ngay món bánh kem dứa ra và thưởng thức thôi!

# TRÀ BOBA

13.Trà trân châu đường đen tự làm

**THÀNH PHẦN:**

- 1/2 chén trân châu bột sắn đen (boba)
- 1/2 chén đường nâu
- 1/2 cốc nước
- 2 cốc trà đen đã pha, để nguội
- 1 cốc sữa (sữa hoặc không sữa)
- Khối nước đá

**HƯỚNG DẪN:**

a) Nấu trân châu khoai mì theo hướng dẫn trên bao bì.

b) Trong một cái chảo nhỏ, kết hợp đường nâu và nước. Đun trên lửa vừa cho đến khi đường tan và hỗn hợp hơi đặc lại để tạo thành xi-rô. Đặt sang một bên để nguội.

c) Trong ly, trộn trà đen đã pha, sữa và lượng xi-rô đường nâu mong muốn (điều chỉnh theo khẩu vị). Khuấy đều để kết hợp.

d) Thêm một ít đá viên vào ly.

e) Xả trân châu khoai mì đã nấu chín và thêm chúng vào ly.

f) Khuấy nhẹ nhàng để trộn mọi thứ lại với nhau.

g) Cầm một chiếc ống hút lớn và thưởng thức Trà trân châu đường nâu tự làm của bạn!

## 14.Quả dâu Trà Trân Châu

**THÀNH PHẦN:**

**TRÀ BOBA DÂU**

- 2 túi trà xanh
- ⅔ cốc nước
- ⅓ cốc sữa
- ¼ cốc si rô dâu
- 1 cốc đá

**BÓNG TAPIOCA**

- 2 cốc nước
- ¼ cốc bột sắn

**HƯỚNG DẪN:**

**PHA TRÀ**

a) Đun sôi ⅔ cốc nước.

b) Nếu sử dụng ấm đun nước điện có cài đặt nhiệt độ, hãy đặt nước ở mức 175°F. Sử dụng nước lọc nếu có thể.

c) Ngâm túi trà trong nước nóng trong 3 phút.

d) Bỏ túi trà và để trà nguội.

**NẤU BÓNG TAPIOCA**

e) Đun sôi 2 cốc nước và thêm viên bột sắn vào.

f) Đun sôi nước trong nồi trên bếp rồi cho viên khoai mì vào. Nấu trên lửa vừa cao trong 8-10 phút. Thỉnh thoảng khuấy. Những quả bóng khoai mì phải mềm hoàn toàn.

g) Xả bóng khoai mì.

**ĐỒ UỐNG LẮP RÁP**

h) Cho viên khoai mì vào cốc và thêm xi-rô dâu tây. Thêm đá, trà xanh và sữa.

i) Dùng ống hút cực rộng để uống. Dùng ngay và khuấy đều trước khi uống.

15.Trà Trân Châu Xoài

**THÀNH PHẦN:**

- 1 túi trà xanh
- ¾ cốc mật xoài
- ½ cốc sữa
- ⅛ cốc trân châu khoai mì đen nấu nhanh
- 2 muỗng canh đường cát
- 2 muỗng canh nước
- Một nắm đá

**HƯỚNG DẪN:**

a) Pha trà xanh: Nhúng túi trà xanh vào ¾ cốc nước sôi trong 5-10 phút. Lấy túi trà ra và để trà nguội đến nhiệt độ phòng. Sau đó cho trà vào tủ lạnh và để nguội ít nhất một giờ.

b) Làm xi-rô đơn giản: Đun nóng 2 thìa đường cát và 2 thìa nước trong nồi nhỏ trên lửa vừa. Thỉnh thoảng khuấy cho đến khi đường tan hoàn toàn. Sau khi hòa tan, lấy chảo ra khỏi bếp và để xi-rô nguội đến nhiệt độ phòng.

c) Làm trân châu: Đun một nồi nước nhỏ trên lửa lớn. Sau khi đun sôi, thêm trân châu khoai mì đen. Lúc đầu, chúng sẽ chìm, sau đó chúng sẽ nổi lên và nổi sau 15-20 giây. Giảm lửa một chút để duy trì độ sôi và tiếp tục đun nhỏ lửa trong 5-10 phút. Nhấc nồi ra khỏi bếp và lọc trân châu. Ngâm trân châu dưới nước lạnh khoảng một phút cho đến khi chúng đạt đến nhiệt độ phòng. Khuấy ngay trân châu vào 1-2 thìa cà phê hỗn hợp xi-rô đơn giản. Điều này chỉ đủ để phủ boba.

d) Trộn trà trân châu với nhau: Khuấy trà xanh ướp lạnh, nước ép xoài và sữa với nhau. Thêm trân châu đã nấu chín, xi-rô đơn giản và một ít đá vào. Thưởng thức!

16.Trà Vải Trân Châu

**THÀNH PHẦN:**

**SI-RÔ NGỌC TRAI BOBA ĐƯỜNG NÂU**

- ½ chén trân châu bột sắn
- ¼ chén đường muscovado hoặc đường nâu sẫm
- 50ml nước lạnh

**vải thiều boba**

- ½ cốc trà xanh
- 2 đến 3 muỗng canh bột vải thiều
- 1½ cốc sữa

**HƯỚNG DẪN:**

**SI-RÔ NGỌC TRAI BOBA ĐƯỜNG NÂU**

a) Chuẩn bị trân châu khoai mì theo gói.

b) Trong nồi, kết hợp đường muscovado với 40 ml nước và đun sôi. Giảm nhiệt xuống đun nhỏ lửa và thêm trân châu khoai mì đã chuẩn bị vào. Đun nhỏ lửa cho đến khi xi-rô đường nâu đặc lại. Đun sôi trân châu khoai mì đã nấu chín trong xi-rô chỉ làm tăng thêm hương vị cho chúng.

c) Hủy bỏ nhiệt một khi nó đã dày lên.

**vải thiều boba**

d) Ngâm trà xanh và đặt nó sang một bên.

e) Trong máy xay sinh tố, kết hợp bột vải thiều và sữa.

f) Trộn cho đến khi kết hợp hoàn toàn.

g) Trong cốc, thêm một nửa xi-rô đường nâu với ngọc trai. Thêm đá viên vào.

h) Thêm bột vải thiều đã trộn và sữa vào cốc. Đầu với trà xanh.

i) Trộn cho đến khi mọi thứ đã kết hợp.

17.mật ngọt Trà Trân Châu

**THÀNH PHẦN:**

- 4 Túi Trà Xanh
- 2 Ly Nước Nóng Sôi
- ½ cốc sữa
- ½ quả dưa ngọt, bỏ hạt và cắt thành khối lớn
- ¼ cốc đường hạt
- 2 phần Ngọc trai Boba đã chế biến sẵn

**HƯỚNG DẪN:**

a) Ngâm 4 túi trà xanh trong 2 cốc nước nóng sôi trong 4 phút, lấy túi trà ra, cho ¼ cốc đường cát vào khuấy đều và để trà nguội đến nhiệt độ phòng.

b) Đặt các miếng dịch ngọt vào máy xay sinh tố, thêm trà đã nguội và ½ cốc sữa vào rồi xay ở tốc độ cao trong một phút hoặc cho đến khi dịch ngọt có vẻ hòa quyện.

c) Đổ hỗn hợp qua túi sữa hạt và vắt hết chất lỏng. Bạn cũng có thể lọc qua lưới lọc mịn và dùng thìa silicone ép bã để loại bỏ càng nhiều chất lỏng càng tốt. Loại bỏ bột giấy.

d) Thêm trân châu trân châu vào 2 ly phục vụ, thêm đá và rót Trà trân châu mật ong vào. Thưởng thức!

## 18.Trà Trân Châu Việt Quất

**THÀNH PHẦN:**

- 1 túi trà xanh
- 5 muỗng canh + 1 muỗng canh xi-rô việt quất đơn giản
- ¼ chén trân châu khoai mì đen nấu nhanh
- 1 cốc sữa
- Một nắm đá

**HƯỚNG DẪN:**

a) Pha trà xanh: Đổ 1 cốc nước sôi lên túi trà xanh. Để trà ngâm trong 5 đến 10 phút. Lấy túi trà ra và để trà nguội đến nhiệt độ phòng. Sau đó cho vào tủ lạnh để nguội.

b) Làm trân châu: Đặt một nồi nước nhỏ lên bếp đun sôi. Thêm boba vào. Lúc đầu chúng sẽ chìm nhưng sẽ nổi sau 10-20 giây. Giảm nhiệt độ một chút để duy trì độ sôi nhẹ. Tiếp tục đun sôi trong 5-10 phút. Lấy nồi ra khỏi bếp, lọc trân châu và cho vào nước lạnh trong một phút.

c) Thêm trân châu vào xi-rô: Thêm trân châu vào 1 thìa xi-rô việt quất đơn giản. Lượng xi-rô này vừa đủ để phủ lên chúng và ngăn chúng dính vào nhau.

d) Làm trà trân châu: Thêm trà xanh ướp lạnh, sữa và 5 thìa xi-rô việt quất đơn giản còn lại vào với nhau. Khuấy cho đến khi kết hợp tốt. Thêm trân châu và một ít đá. Khuấy đều và thưởng thức!

19.Hoa cam Trà Trân Châu Mật Ong

**THÀNH PHẦN:**

- 5 cốc nước + ½ cốc nước
- ½ chén trân châu khoai mì ăn liền
- 2 thìa mật ong hoa cam
- ½ cốc sữa hạnh nhân
- 2 túi trà hoa cúc

**HƯỚNG DẪN:**

a) Cho ½ cốc nước vào lò vi sóng trong 1 phút.
b) Ngâm túi trà trong nước nóng trong 3 phút.
c) Để trà nguội.
d) Đun sôi 5 cốc nước.
e) Sau khi đun sôi, thêm trân châu khoai mì.
f) Khi trân châu nổi lên thì đun trên lửa vừa trong 3 phút.
g) Đậy nắp và đun nhỏ lửa trong 2-3 phút.
h) Ngọc trai thành phẩm cho vào nước lạnh khoảng 30 giây, vớt ra cho vào tô khô.
i) Phủ ngọc trai trong mật ong.
j) Đổ trân châu vào cốc và thêm trà cho đến khi cốc đầy hơn một nửa.
k) Thêm sữa hạnh nhân vào cho đầy cốc.
l) Thưởng thức ngay lập tức.

20.Trà Trân Châu Bí Đao

**THÀNH PHẦN:**

**SIRO DƯA MÙA ĐÔNG**

- 5 cốc bí đao , gọt vỏ và cắt khối
- ⅔ cốc đường nâu
- 1,8 ounce đường phèn

**CƠ SỞ TRÀ**

- 9 muỗng cà phê trà xanh hoa nhài, lá rời
- 6 cốc nước lọc
- 1½ cốc sữa nguyên chất
- khối nước đá

**TAPIOCA PEARLS**

- 1 ¾ chén trân châu đường nâu
- 9 cốc nước

**HƯỚNG DẪN:**

**SIRO DƯA MÙA ĐÔNG**

a) Gọt vỏ và cắt bí đao tươi thành khối nhỏ. Đặt chúng vào một cái tô lớn và rắc đường nâu lên trên. Trộn đều để hòa quyện, sau đó để yên trong 1 giờ. Sau 1 giờ, bí đao sẽ tiết ra nhiều nước.

b) Chuyển hỗn hợp vào nồi. Nấu trên lửa vừa cho đến khi chất lỏng bắt đầu sủi bọt.

c) Trộn đường phèn vào, sau đó giảm lửa nhỏ và đun nhỏ lửa trong 1 giờ. Trộn 5-10 phút một lần để tránh trái cây bị cháy.

d) Sau 1 giờ, trái cây sẽ trong mờ và nước ép sẽ đặc hơn, giống như xi-rô.

e) Dùng một cái rây lớn để loại bỏ thịt quả và chỉ giữ lại phần siro lỏng.

f) Để xi-rô nguội hoàn toàn đến nhiệt độ phòng.

**CƠ SỞ TRÀ**

g) Đun sôi nước lọc trong ấm đến 175°F.

h) Đặt lá trà xanh Jasmine vào ấm trà có lưới lọc.

i) Đổ nước nóng lên lá trà, đậy nắp và để yên trong 3 phút. Không ngâm lâu hơn vì có thể làm trà bị đắng.

j) Loại bỏ lá trà và loại bỏ chúng. Làm nguội đến nhiệt độ phòng, sau đó cho vào tủ lạnh trong 30 phút đến 1 giờ.

**TAPIOCA PEARLS**

k) Nấu trân châu trân châu đường nâu theo hướng dẫn trên bao bì. Sau khi nấu chín, chuyển chúng vào nước đá. Sử dụng trong vòng vài phút để có kết cấu dai tốt nhất.

**CUỘC HỌP**

l) Trong một ly cao, cho 2-3 thìa xi -rô bí đao vào . Điều chỉnh số lượng theo sở thích cá nhân.

m) Đổ trà lạnh lên trên xi-rô, sau đó trộn mọi thứ để hòa tan xi-rô bí đao .

n) Thêm 2-3 muỗng canh boba nấu chín.

o) Đổ sữa lạnh lên trên và kết thúc bằng đá viên. Thưởng thức ngay lập tức!

## 21.Trà Trân Châu Dưa Húng Quế

**THÀNH PHẦN:**

- 5 thìa cà phê đường siêu mịn
- 2 oz bột sắn
- 1 pound dưa tươi
- 8–10 lá húng quế tươi
- 8 ounce trà đen đã pha
- 4 ounce sữa, hoặc nếm thử
- một ít đá viên

**HƯỚNG DẪN:**

a) Đun sôi 16 ounce nước với 1 thìa cà phê đường.

b) Thêm khoai mì và nấu trong 20 phút hoặc cho đến khi mềm.

c) Nghiền nhuyễn lá dưa và lá húng quế.

d) Cho hỗn hợp nhuyễn dưa-húng quế, lượng đường còn lại, trà và sữa vào bình lắc.

e) Thêm đá viên và lắc.

f) Ăn kèm với khoai mì nấu chín.

## 22.Trân Châu Đào

**THÀNH PHẦN:**

**ĐỐI VỚI SI-RÔ ĐÀO:**

- 2 quả đào; gọt vỏ, rỗ và thái hạt lựu
- ⅓ cốc xi-rô cây phong loại A
- ¼ cốc nước
- ½ muỗng cà phê chiết xuất vani
- ¼ thìa cà phê gừng xay
- Chút muối

**ĐỐI VỚI BOBA:**

- 1 cốc bột sắn trân châu
- 2 túi trà đen
- 2 cốc sữa không đường, tùy khẩu vị

**HƯỚNG DẪN:**

a) Làm si-rô đào: Cho xi-rô phong, nước, vani, gừng và muối vào nồi nhỏ trên lửa vừa và trộn đều, sau đó cho đào vào.

b) Đun nhỏ lửa trong 15 phút hoặc cho đến khi đào mềm, thỉnh thoảng khuấy đều. Thêm nhiều nước hơn với mức tăng 1 muỗng canh nếu hỗn hợp quá khô. Tắt lửa và đổ hỗn hợp đào vào rây lưới mịn đặt trên tô.

c) Dùng thìa nghiền đào qua rây cho đến khi thu được khoảng ½ cốc "xi-rô". Loại bỏ cùi/thơm của quả đào hoặc sử dụng cho mục đích khác.

d) Pha trà cô đặc: Sử dụng bếp, lò vi sóng hoặc ấm đun nước điện để đun nóng 1 cốc nước đến 200F. Đặt túi trà vào cốc, đổ nước lên trên và ngâm trong 5 phút.

e) Lấy túi trà ra, sau đó cho trà vào tủ lạnh để nguội trong khi nấu trân châu.

f) Nấu trân châu: Trong lúc đó, hãy đun sôi một nồi nước lớn, sau đó cho trân châu vào. Đun cho đến khi trân châu nổi lên mặt và dai, khoảng 5 đến 7 phút.

g) Để ráo nước và rửa sạch với nước lạnh. Trân châu sẽ bắt đầu dính vào nhau, vì vậy chỉ nấu những gì bạn cần và cố gắng sử dụng ngay.

h) Trộn: Chia trân châu thành 4 cốc, sau đó đổ ¼ cốc trà đã pha và 2 đến 3 thìa xi-rô đào lên trên mỗi cốc; trộn đều. Đổ ¼-½ cốc sữa không đường lên trân châu, tùy thuộc vào mức độ sữa mà bạn thích trà. Khuấy đều và điều chỉnh hương vị cho vừa ăn.

i) Phục vụ & Bảo quản: Thưởng thức boba ngay lập tức! Có thể bảo quản thêm xi-rô đào hoặc trà cô đặc trong lọ kín trong tủ lạnh tối đa 7 ngày.

## 23.Trà Trân Châu Dừa Ube

**THÀNH PHẦN:**

**CƠ SỞ UBE**

- 226 g ube đông lạnh, ½ gói đã rã đông, ube đông lạnh
- 1 cốc nước cốt dừa
- ½ cốc đường
- 1 muỗng canh chiết xuất vani
- 1 muỗng canh chiết xuất ube
- ½ - 1 cốc sữa hoặc sữa đặc

**TRÀ BOBA UBE**

- ½ chén trân châu khoai mì nấu nhanh hoặc trân châu khoai mì tự làm
- ½ cốc đế ube
- 2 cốc sữa ướp lạnh
- Một vài viên đá
- Em yêu

**HƯỚNG DẪN:**

**CƠ SỞ UBE**

a) Cho tất cả nguyên liệu, ngoại trừ chiết xuất ube và sữa cô đặc, vào nồi.

b) Nấu hỗn hợp trong khi khuấy thường xuyên và đun sôi.

c) Tiếp tục khuấy thường xuyên hơn trong khi nấu cho đến khi hỗn hợp trở nên đặc.

d) Khuấy chiết xuất ube vào thời điểm này.

e) Thêm khoảng ½ cốc sữa cô đặc để tạo thành hỗn hợp đặc nhưng có thể rót được.

f) Thêm nhiều hơn nếu cần thiết. Đun nóng trong 1 – 2 phút.

g) Đặt đế ube vào lọ và bảo quản trong tủ lạnh tối đa 4 – 5 ngày.

**TRÀ BOBA UBE**

h) Đầu tiên, nấu trân châu khoai mì theo hướng dẫn trên bao bì. Ngâm trân châu trân châu nấu chín trong nước lạnh cho đến khi bạn pha được đồ uống. Ngoài ra, bạn có thể trộn trân châu đã ráo nước với một ít mật ong để chúng không bị dính vào nhau.

i) Đặt đế ube vào máy xay cùng với đá và sữa. Trộn cho đến khi hỗn hợp mịn và lớp nền đã trộn đều.

j) Thêm mật ong nếu bạn muốn đồ uống của mình ngọt ngào hơn.

k) Chia trân châu khoai mì thành hai ly.

l) Đổ sữa ube vào hai ly và dùng kèm ống hút boba.

## 24. Bơ Boba

**THÀNH PHẦN:**

- 125 g trân châu khoai mì, chưa nấu chín
- 30g đường nâu
- 1 quả bơ lớn
- 400 g sữa
- 30 g sữa đặc
- 200 g đá

**HƯỚNG DẪN:**

a) Trong một nồi vừa, đun sôi 6 cốc nước. Sau khi sôi thì đổ trân châu khoai mì vào. Khuấy ngay để tránh vón cục ở đáy nồi.

b) Đun sôi không đậy nắp trong 15 phút, thỉnh thoảng khuấy. Tắt bếp, đậy nắp và để yên trong 15 phút nữa.

c) Xả bớt nước và chuyển trân châu khoai mì đã nấu chín vào một cái bát nhỏ. Thêm đường nâu vào khi trân châu còn ấm và khuấy đều cho đường tan thành siro. Thêm một thìa nước nếu nó quá khô. Để qua một bên.

d) Trong máy xay sinh tố, thêm thịt bơ, sữa, sữa đặc và đá. Trộn cho đến khi mịn và kem.

e) Trong một chiếc ly cao, múc khoảng 100g trân châu bột sắn với xi-rô đường nâu vào. Đổ đầy phần còn lại của ly với sinh tố bơ. Khuấy đều trước khi thưởng thức bằng ống hút boba lớn.

## 25. Trà Trân Châu Dừa

**THÀNH PHẦN:**

- 2 tách trà đen pha
- ⅔ cốc nước cốt dừa đóng hộp
- 1 muỗng cà phê chiết xuất vani

**CHUẨN BỊ TAPIOCA:**

- ¾ chén trân châu khoai mì đen
- 3 thìa mật ong

**HƯỚNG DẪN:**

a) Nấu khoai mì: Nấu trân châu khoai mì theo hướng dẫn trên bao bì.

b) Sau khi nấu xong, để bột sắn nghỉ trong nước lạnh nửa phút.

c) Để ráo nước, sau đó khuấy bột sắn với mật ong cho đến khi phủ đều. Để qua một bên.

d) Pha chế đồ uống: Khuấy đều trà đen đã pha, nước cốt dừa và chiết xuất vani cho đến khi trộn đều.

e) Khuấy hỗn hợp khoai mì-mật ong và điều chỉnh mật ong để có độ ngọt mong muốn. Ăn lạnh với đá.

## 26.Trà Trân Châu chanh dây

**THÀNH PHẦN:**

- 1 Lít Nước
- 4 Túi Trà Xanh
- 120 g trân châu đen
- 40 mL Xi-rô cây phong
- 8 Quả chanh dây
- 240 mL Nước Dừa

**HƯỚNG DẪN:**

a) Đun sôi nước đã cho, đổ vào tô và thêm túi trà xanh vào.

b) Để chúng ngâm trong 5 phút rồi lấy ra.

c) Để trà xanh nguội hoàn toàn trong tủ lạnh.

d) Trong khi đó, đun sôi một nồi nước rồi cho trân châu vào.

e) Ngay khi chúng nổi lên mặt nước, hãy đậy nắp nồi và nấu trong 3 phút.

f) Sau đó, tắt bếp và để trân châu trong nồi thêm 3 phút nữa.

g) Bây giờ, xả nước nấu và cho ngọc trai vào tô chứa đầy nước lạnh.

h) Để chúng nguội trong 20 giây và xả nước lại.

i) Trộn các viên khoai mì với xi-rô cây thích.

j) Múc phần cùi chanh dây vào rây mịn rồi lọc lấy nước cốt cho vào tô.

k) Để pha trà trân châu, hãy chia những viên bột sắn vào các ly cao rồi đổ nước cốt chanh dây và trà xanh lạnh vào.

## 27.Trà Trân Châu Dứa Gừng

**THÀNH PHẦN:**

- ¾ chén trân châu khoai mì đen
- ½ chén đường nâu đóng gói chắc chắn
- ½ chén đường trắng.
- 2 thìa trà đen hoặc 2 túi trà
- 2 thìa gừng nạo
- 13½ ounce nước cốt dừa
- 1 cốc dứa cắt nhỏ

**HƯỚNG DẪN:**

a) Đun sôi 5 cốc nước và trân châu bột sắn.

b) Đun trong 15 phút, cho đến khi bong bóng mềm và mềm.

c) Để trong chất lỏng nấu trong 5 phút.

d) Trong khi đó, hãy làm xi-rô đơn giản.

e) Cho đường nâu, đường trắng và 2 cốc nước vào nồi.

f) Đun sôi. Đun sôi khoảng 15 phút cho đến khi có một hỗn hợp xi-rô loãng. Để lại mat.

g) Lọc bột sắn và thêm bột sắn vào xi-rô đơn giản. Hãy để nó nghỉ ngơi trong 30 phút.

h) Trong một cái chảo nhỏ, trộn trà, gừng và ¾ cốc nước. Đun sôi. Đun sôi trong 3 phút. Để yên trong 5 phút.

i) Lọc trà và thêm 5 viên đá.

j) Trong máy xay sinh tố, kết hợp trà và đá, nước cốt dừa và dứa. Trộn cho đến khi dày và sủi bọt.

k) Chia đều bột sắn và xi-rô đơn giản cho 3 ly.

l) Rót đều hỗn hợp dứa-dừa vào 3 ly.

m) Lắc đều và phục vụ.

## 28.Vải Dừa Trân Châu

**THÀNH PHẦN:**

- 1 chén đường nâu nhạt
- 1 chén đường trắng
- 2 cốc bột sắn trân châu

**ĐỐI VỚI MỖI TRÀ BOBA:**

- ½ chén trân châu khoai mì ướp lạnh
- 1 cốc đá xay
- 8 ounce trà vải đã pha, ướp lạnh
- 1 chén vải đóng hộp ngâm xi-rô
- ¾ cốc nước cốt dừa
- ¼ cốc sữa
- 1-2 thìa nước cốt chanh tươi

**HƯỚNG DẪN:**

a) Trong nồi, trộn đường với 2 cốc nước. Đun sôi thì tắt bếp. Trong nồi, đun sôi 4 lít nước. Thêm bột sắn và nấu cho đến khi mềm, khoảng 8 phút nếu luộc chín. Làm khô hạn. Trộn trân châu với hỗn hợp đường rồi để nguội.

b) Để làm đồ uống, hãy múc những viên ngọc trai vào một chiếc cốc lớn. Trong máy xay sinh tố, xay nhuyễn đá, trà, vải, nước cốt dừa, sữa và nước cốt chanh. Khi mịn và nổi bọt, đổ ngọc trai lên và nhét chúng vào ống hút.

## 29.Trân châu lựu thạch chanh

**THÀNH PHẦN:**

- 1 túi trà xanh
- 250ml nước nóng
- 1 quả chanh, ép lấy nước
- 2 muỗng canh mật ong
- Trái thạch lựu
- thạch chanh
- Khối nước đá

**HƯỚNG DẪN:**

a) Ngâm túi trà xanh trong nước nóng trong 15 phút, sau đó khuấy thêm nước cốt chanh và mật ong cho vừa ăn.

b) Hãy để trà của bạn nguội.

c) Trong một ly riêng biệt, bạn cho một thìa trái cây tươi, đá viên và thạch chanh đã chuẩn bị vào.

d) Đổ đế trà lên trên và thưởng thức!

## 30. Chai Boba

**THÀNH PHẦN:**

- 1 cốc nước nóng
- 2 túi trà chai
- 1-2 thìa đường nâu
- ⅛ cốc sữa
- ⅛ cốc sữa đặc
- ¼ chén trân châu khoai mì

**HƯỚNG DẪN:**

a) Đun sôi một cốc nước.

b) Thêm 2 túi trà chai và ngâm trong 5 phút.

c) Đổ vào ly và khi còn nóng khuấy đều 1-2 thìa đường nâu, tùy theo độ ngọt bạn muốn.

d) Sau đó thêm sữa cô đặc và sữa thường vào rồi khuấy đều.

e) Sau đó thêm trân châu khoai mì.

## 31.Trà Trân Châu Hổ

**THÀNH PHẦN:**

**SIRO ĐƯỜNG Nâu**

- ½ chén đường muscovado
- 2 muỗng canh nước

**TAPIOCA PEARLS**

- ½ chén trân châu đường nâu
- 2 ½ cốc nước

**SỮA CƠ SỞ**

- 2 ½ cốc sữa, đầy đủ chất béo
- ½ cốc kem đặc
- 4-6 viên đá

**HƯỚNG DẪN:**

**SIRO ĐƯỜNG Nâu**

a) Cho đường và nước vào nồi nhỏ rồi đun sôi ở lửa vừa.

b) Sau khi sủi bọt, giảm nhiệt xuống thấp và đun nhỏ lửa trong 3-4 phút hoặc cho đến khi xi-rô trông đặc hơn và dính.

**TAPIOCA PEARLS**

c) Nấu ngọc trai theo hướng dẫn trên bao bì.

d) Xả và loại bỏ nước. Đổ trân châu khoai mì đã nấu chín vào si-rô đường và nấu trên lửa nhỏ trong 2-3 phút. Đậy nắp nồi và để nguội trong 20 phút.

**LẮP RÁP Trà Boba**

e) Đánh một ít kem cho đến khi nổi bọt. Đặt sang một bên bây giờ.

f) Nghiêng ly phục vụ một góc 45 độ, sau đó dùng một chiếc muôi nhỏ nhỏ từng viên trân châu vào cốc. Xoay ly khi những viên trân châu bột sắn bắt đầu nhỏ giọt xuống đáy. Ở bước này có lộn xộn cũng không sao! Sử dụng nhiều bột sắn như mong muốn.

g) Thêm đá viên lên trên trân châu khoai mì. Đổ sữa lên trên đá, cách miệng ly khoảng 1 inch.

h) Đổ kem sủi bọt lên sữa để đồ uống thêm kem. Phục vụ ngay và thưởng thức!

# MÓN KHAI THÁC

## 32.Cá Tempura Đài Loan

**THÀNH PHẦN:**

- 1 lb (450g) phi lê cá trắng (chẳng hạn như cá tuyết hoặc cá rô phi), cắt thành miếng vừa ăn
- 1 cốc bột mì đa dụng
- 1/4 chén bột bắp
- 1/2 muỗng cà phê bột nở
- 1 thìa cà phê muối
- 1 cốc nước đá lạnh
- Dầu thực vật để chiên
- Miếng chanh (để phục vụ)

**HƯỚNG DẪN:**

a) Trong một tô trộn, trộn bột mì đa dụng, bột ngô, bột nở và muối.
b) Từ từ thêm nước lạnh vào hỗn hợp bột, trộn đều cho đến khi bột mịn và không bị vón cục.
c) Đun nóng dầu thực vật trong nồi chiên sâu hoặc nồi lớn đến khoảng 350°F (175°C).
d) Nhúng các miếng cá vào bột, đảm bảo chúng được phủ đều.
e) Cẩn thận đặt cá đã tẩm bột vào dầu nóng và chiên cho đến khi vàng nâu và giòn.
f) Lấy cá ra khỏi dầu và để ráo trên khăn giấy.
g) Ăn nóng món cá Tempura Đài Loan, kèm theo chanh để rưới lên cá.

33.Cá viên Đạm Thủy

**THÀNH PHẦN:**

- 1 lb phi lê cá trắng (chẳng hạn như cá tuyết hoặc đế)
- 1/4 chén tinh bột sắn hoặc bột bắp
- 2 muỗng canh bột cá
- 1 thìa tỏi băm
- 1 muỗng canh nước tương
- 1 muỗng cà phê dầu mè
- 1/2 thìa cà phê tiêu trắng
- 1/4 thìa cà phê muối
- 4 chén nước luộc gà hoặc nước

**HƯỚNG DẪN:**

a) Trong máy xay thực phẩm, xay phi lê cá cho đến khi băm nhuyễn.
b) Trong một tô trộn, trộn cá băm, tinh bột sắn hoặc bột bắp, bột cá, tỏi băm, nước tương, dầu mè, tiêu trắng và muối. Trộn đều để tạo thành một hỗn hợp mịn.
c) Làm ướt tay bằng nước và vo hỗn hợp cá thành những viên nhỏ.
d) Cho nước luộc gà hoặc nước vào nồi đun sôi.
e) Thả cá viên vào nước dùng đang sôi và nấu cho đến khi chúng nổi lên trên bề mặt, chứng tỏ cá đã chín.
f) Dùng thìa có rãnh vớt cá viên ra khỏi nước dùng và cho chúng vào tô với nước chấm ưa thích của bạn.

## 34.phụ thối

**THÀNH PHẦN:**

- Đậu phụ cứng 1 khối
- 2 thìa đậu đen lên men Trung Quốc
- 2 tép tỏi, băm nhỏ
- 1 muỗng canh nước tương
- 1 muỗng canh giấm gạo
- 1 muỗng canh tương ớt (tùy chọn)
- Dầu thực vật để chiên
- Dưa cải bắp hoặc kim chi (tuỳ thích)

**HƯỚNG DẪN:**

a) Cắt đậu phụ thành khối vuông vừa ăn.
b) Trong một bát nhỏ, dùng nĩa nghiền đậu đen đã lên men.
c) Đun nóng dầu thực vật trong chảo sâu lòng hoặc chảo để chiên.
d) Chiên các khối đậu phụ trong dầu nóng cho đến khi chúng chuyển sang màu vàng nâu và giòn bên ngoài. Lấy ra và để ráo trên đĩa có lót khăn giấy.
e) Trong một chảo riêng, đun nóng một ít dầu thực vật rồi xào tỏi băm cho đến khi có mùi thơm.
f) Cho đậu đen lên men đã nghiền nhuyễn, nước tương, giấm gạo và tương ớt (nếu dùng) vào chảo. Nấu trong một hoặc hai phút để kết hợp hương vị.
g) Đặt các khối đậu phụ chiên vào đĩa và rưới nước sốt đậu đen lên trên.
h) Ăn nóng đậu phụ thối, tùy ý ăn kèm bắp cải muối hoặc kim chi.

35.Thịt viên Đài Loan

**THÀNH PHẦN:**

**ĐỐI VỚI ĐIỀN:**

- 1 lb thịt lợn xay
- 1/2 lb tôm, bóc vỏ và cắt nhỏ
- 1/2 chén măng, thái nhỏ
- 1/4 chén nấm hương khô, ngâm nước và thái nhỏ
- 2 muỗng canh nước tương
- 2 muỗng canh dầu hào
- 1 thìa đường
- 1 muỗng canh bột bắp
- 1 muỗng cà phê dầu mè
- Muối và hạt tiêu cho vừa ăn

**ĐỐI VỚI BAO BÌ:**

- 2 chén bột gạo nếp
- 1 ly nước
- 1/2 thìa cà phê muối

**CHO NƯỚC SỐT:**

- 1/4 chén nước tương
- 1/4 chén giấm gạo
- 1 thìa đường
- 1 muỗng canh bột bắp
- 1/2 cốc nước

**HƯỚNG DẪN:**

a) Trong một bát trộn, kết hợp tất cả các thành phần làm đầy và trộn đều.

b) Trong một bát riêng, trộn bột gạo nếp, nước và muối để làm bột bọc. Nhào cho đến khi mịn.

c) Lấy một phần nhỏ bột và ấn dẹt trong lòng bàn tay. Đặt một thìa nhân vào giữa và tập hợp các cạnh lại để bịt kín, tạo thành một quả bóng.

d) Lặp lại quá trình với phần bột và nhân còn lại.

e) Hấp thịt viên trong nồi hấp khoảng 25-30 phút cho đến khi chín.

f) Trong khi thịt viên đang hấp, chuẩn bị nước sốt. Trong một cái chảo, trộn nước tương, giấm gạo, đường, bột bắp và nước. Khuấy đều và nấu trên lửa vừa cho đến khi nước sốt đặc lại.

g) Sau khi thịt viên chín, lấy chúng ra khỏi nồi hấp và dùng nóng với nước sốt.

## 36.Nấm bỏng ngô Đài Loan

**THÀNH PHẦN:**

- 1 lb nấm tươi (chẳng hạn như nấm nút hoặc cremini), làm sạch và cắt đôi
- 1/2 chén bột mì đa dụng
- 1/2 chén bột bắp
- 1 thìa cà phê bột nở
- 1/2 thìa cà phê muối
- 1/4 thìa cà phê tiêu đen
- 1 cốc nước lạnh
- Dầu thực vật để chiên
- Muối để rắc (tùy chọn)

**HƯỚNG DẪN:**

a) Trong một bát, trộn bột mì đa dụng, bột ngô, bột nở, muối và hạt tiêu đen.
b) Từ từ thêm nước lạnh vào hỗn hợp bột, trộn đều cho đến khi tạo thành khối bột mịn.
c) Đun nóng dầu thực vật trong chảo sâu lòng hoặc chảo để chiên.
d) Nhúng nửa nấm vào bột, phủ đều.
e) Cẩn thận đặt nấm đã tẩm bột vào dầu nóng và chiên cho đến khi chúng chuyển sang màu vàng nâu và giòn.
f) Dùng thìa hoặc kẹp có rãnh vớt nấm ra và để ráo dầu trên đĩa có lót khăn giấy.
g) Rắc muối (tùy chọn) khi còn nóng.
h) Phục vụ Nấm bỏng ngô Đài Loan như một món ăn nhẹ đường phố ngon miệng.

## 37.Gà bỏng ngô Đài Loan

**THÀNH PHẦN:**

- 1 lb đùi gà rút xương, cắt thành miếng vừa ăn
- 2 muỗng canh nước tương
- 1 muỗng canh rượu Thiệu Hưng (tùy chọn)
- 1 thìa bột ngũ vị hương
- 1 muỗng canh bột tỏi
- 1 muỗng canh bột hành
- 1 thìa cà phê ớt bột
- 1/2 thìa cà phê tiêu trắng
- 1/2 thìa cà phê muối
- 1 chén tinh bột khoai tây hoặc bột ngô
- Dầu thực vật để chiên

**HƯỚNG DẪN:**

a) Trong tô, ướp miếng gà với nước tương, rượu Thiệu Hưng (nếu dùng), bột ngũ vị hương, bột tỏi, bột hành, ớt bột, tiêu trắng và muối. Trộn đều và để ướp trong ít nhất 30 phút.

b) Đun nóng dầu thực vật trong chảo hoặc nồi sâu lòng để chiên.

c) Phủ các miếng thịt gà đã ướp với tinh bột khoai tây hoặc bột ngô, rũ bỏ phần thừa.

d) Cẩn thận thả từng miếng gà đã tráng vào dầu nóng và chiên cho đến khi chúng chuyển sang màu vàng nâu và giòn.

e) Dùng thìa có rãnh vớt gà ra khỏi dầu và để ráo dầu trên đĩa có lót khăn giấy.

f) Phục vụ món Yan Su Ji / Kim -Sơ-Ke nóng hổi như một món ăn vặt đường phố nổi tiếng của Đài Loan.

## 38.Bóng khoai môn

**THÀNH PHẦN:**

- 2 chén khoai môn, gọt vỏ và cắt khối
- 1/2 chén bột gạo nếp
- 1/4 cốc đường
- Nước (khi cần thiết)
- Tinh bột sắn hoặc tinh bột khoai tây (để rắc)

**HƯỚNG DẪN:**

a) Hấp các khối khoai môn cho đến khi chúng mềm và dễ dàng nghiền bằng nĩa.
b) Nghiền khoai môn hấp cho đến khi mịn.
c) Trong một tô trộn, trộn khoai môn nghiền, bột gạo nếp và đường. Trộn đều.
d) Thêm nước dần dần, từng chút một và nhào hỗn hợp cho đến khi tạo thành một khối bột mềm. Tính nhất quán phải tương tự như bột nặn.
e) Cắt từng miếng bột nhỏ và vo thành từng viên tròn nhỏ.
f) Mang bình nước đi đun.
g) Nhẹ nhàng thả những viên khoai môn vào nước sôi và nấu cho đến khi chúng nổi lên mặt nước.
h) Lấy những viên khoai môn đã nấu chín ra khỏi nước và chuyển chúng vào tô nước lạnh để nguội và đông lại.
i) Để ráo các viên khoai môn và rắc tinh bột sắn hoặc tinh bột khoai tây để chống dính.
j) Dùng những viên khoai môn làm lớp phủ cho món tráng miệng, chẳng hạn như đá bào hoặc súp ngọt.

## 39.Chiên Nấm

**THÀNH PHẦN:**

- 1 lb nấm tươi (chẳng hạn như nấm hương, nấm nút hoặc nấm sò), làm sạch và thái lát
- 1/2 chén bột mì đa dụng
- 1/2 chén bột bắp
- 1 thìa cà phê bột nở
- 1/2 thìa cà phê muối
- 1/4 thìa cà phê tiêu đen
- 1 cốc nước lạnh
- Dầu thực vật để chiên
- Muối để rắc (tùy chọn)

**HƯỚNG DẪN:**

a) Trong một bát, trộn bột mì đa dụng, bột ngô, bột nở, muối và hạt tiêu đen.
b) Từ từ thêm nước lạnh vào hỗn hợp bột, trộn đều cho đến khi tạo thành khối bột mịn.
c) Đun nóng dầu thực vật trong chảo sâu lòng hoặc chảo để chiên.
d) Nhúng nấm đã cắt lát vào bột, phủ đều.
e) Cẩn thận đặt nấm đã tẩm bột vào dầu nóng và chiên cho đến khi chúng chuyển sang màu vàng nâu và giòn.
f) Dùng thìa hoặc kẹp có rãnh vớt nấm đã chiên ra khỏi dầu và để ráo dầu trên đĩa có lót khăn giấy.
g) Rắc muối (tùy chọn) khi còn nóng.
h) Phục vụ nấm chiên như một món ăn nhẹ đường phố ngon miệng.

# MOCHI

## 40. Mochi trên một cây gậy

**THÀNH PHẦN:**

- 1 chén bột gạo nếp
- 1/4 cốc đường
- 3/4 cốc nước
- 1/4 chén bột bắp (để rắc bụi)
- Xiên bằng gỗ

**HƯỚNG DẪN:**

a) Trong một chiếc bát an toàn với lò vi sóng, trộn bột gạo nếp, đường và nước cho đến khi mịn.
b) Cho hỗn hợp vào lò vi sóng trong 2 phút ở công suất cao.
c) Lấy bát ra khỏi lò vi sóng và khuấy hỗn hợp bằng thìa.
d) Cho bát trở lại lò vi sóng và quay thêm 2 phút nữa.
e) Khuấy hỗn hợp một lần nữa cho đến khi nó trở thành một khối bột dính và mịn.
f) Phủi một lớp bột ngô lên bề mặt sạch để chống dính.
g) Chuyển bột lên bề mặt đã phủ bụi và nhào nhẹ nhàng cho đến khi bột mịn và dẻo.
h) Chia bột thành từng phần nhỏ và vo từng phần thành một quả bóng.
i) Chèn một xiên gỗ vào từng quả bóng mochi.
j) Lặp lại quá trình với phần bột còn lại.
k) Dọn mochi theo dạng que hoặc phết với một ít nước tương hoặc nước sốt ngọt để tăng thêm hương vị.

## 41. Ube Mochi

**THÀNH PHẦN:**

- 4 quả trứng
- 2 cốc sữa không béo
- 1 lon 13,5 ounce nước cốt dừa
- 1 thìa cà phê vani
- 2 muỗng cà phê chiết xuất ube
- 1 hộp 16 ounce bột mochiko
- 2 cốc đường
- 2 thìa cà phê bột nở
- ½ muỗng cà phê muối
- ½ cốc bơ nhạt tan chảy

**HƯỚNG DẪN:**

a) Làm nóng lò ở nhiệt độ 350F.

b) Trong một tô trộn vừa, trộn các nguyên liệu ướt trứng, sữa, nước cốt dừa, chiết xuất ube và vani. Khuấy để kết hợp. Để qua một bên.

c) Trong một tô trộn lớn, trộn các nguyên liệu khô như bột mochiko, đường, bột nở và muối. Khuấy để kết hợp.

d) Thêm nguyên liệu ướt vào để khô. Khuấy để kết hợp. Thêm bơ và khuấy lại cho đến khi kết hợp tốt.

e) Lót giấy da vào chảo 9×13. Đổ hỗn hợp vào chảo và gõ nhẹ vào chảo để giải phóng bọt khí.

f) Cho vào lò nướng và nướng trong 1 giờ hoặc cho đến khi mặt trên có màu vàng nâu.

g) Để chảo nguội hoàn toàn trước khi cắt và thưởng thức.

## 42.Mochi sốt gừng

**THÀNH PHẦN:**

- 60 g bột gạo
- 4 muỗng canh nước
- 2 muỗng canh xi-rô ngô
- 1 thìa nước ép gừng
- Vỏ chanh hoặc chanh Yuzu

**HƯỚNG DẪN:**

a) Trộn bột với nước từng chút một cho bột đủ cứng để vo tròn.

b) Cắt bột Mochi.

c) Luộc mochi trong nước sôi. Khi nó nổi lên trên, đun sôi thêm 2 phút nữa, cho vào nước và để nguội.

d) Làm xi-rô gừng và dùng với xi-rô.

## 43.Mochi dâu

**THÀNH PHẦN:**

- 4-5 quả dâu tây cỡ vừa, bỏ cuống xanh
- 250 g mè đen làm sẵn

**ĐỂ BỤI BỤI**

- 100 g bột bắp

**DAIFUKU**

- 150 g bột nếp
- 30 g bột bắp
- 50 g đường trắng
- 180-200ml nước

**HƯỚNG DẪN:**

a) Rửa sạch và loại bỏ phần cuống xanh của dâu tây. Cán mè thành từng viên tròn có kích thước khoảng 40 g. Sau đó, dàn phẳng mè và đặt dâu tây vào giữa. Phủ dâu tây với mè và tạo thành hình vòm. Giữ nó trong tủ lạnh.

b) Cho bột bắp vào nồi nhỏ và nấu trên lửa nhỏ trong 5-6 phút. Phương pháp này sẽ làm cho tinh bột ngô nhẹ hơn khi bạn phủ nó lên Daifuku.

c) Làm bánh mochi, cho bột gạo nếp, bột ngô, đường, nước vào nồi rồi trộn đều, vặn lửa vừa rồi khuấy nhanh cho đến khi tất cả hỗn hợp hòa quyện và tạo thành bột.

d) Để nguội một chút rồi vo thành những viên tròn nhỏ khoảng 50 g mỗi viên. Khi nhào bột cho một ít bột bắp vào để bột không bị dính vào tay.

e) Sau khi cán hết bột, hãy lấy nhân dâu và mè từ tủ lạnh ra.

f) Phủi bột ngô lên cán cán thớt rồi cán bánh mochi dày khoảng ½ cm. Thêm những quả dâu tây và vừng vào giữa và phủ đều chúng bằng mochi.

g) Cắt chúng một nửa để lộ dâu tây bên trong trước khi dùng.

h) Dùng với trà xanh hoặc bất kỳ loại trà nào bạn thích.

## 44.mochi bơ

**THÀNH PHẦN:**

- ½ cốc bơ
- 1 gói (1 lb ) mochiko
- 1½ cốc đường
- 1 muỗng cà phê bột nở
- 3 cốc sữa
- 5 quả trứng, đánh tan
- 1 thìa cà phê Vani
- 1 cốc dừa

**HƯỚNG DẪN:**

a) Làm nóng lò nướng điện ở nhiệt độ 350 độ F. Làm tan chảy bơ; mát mẻ.

b) Kết hợp mochiko, đường và bột nở. Kết hợp bơ và các thành phần còn lại.

c) Khuấy hỗn hợp mochiko; trộn đều. Đổ vào chảo 13 X 9 X 2 inch. Nướng trong một giờ; mát mẻ.

## 45.Bánh mochi sô cô la

**THÀNH PHẦN:**

- 2 cốc Mochiko
- 2 cốc đường trắng
- 1 thìa baking soda
- 1 cốc sô-cô-la chip bán ngọt
- 2 lon sữa đặc (2-12ounces)
- ½ cốc bơ thực vật (tan chảy)
- 2 muỗng cà phê chiết xuất vani
- 2 quả trứng đánh tan

**HƯỚNG DẪN:**

a) Rây các nguyên liệu khô, mochiko, đường và baking soda vào tô lớn.

b) Đun chảy bơ thực vật và sô cô la vụn với nhau rồi kết hợp với sữa cô đặc, chiết xuất vani và trứng. Trộn đều và khuấy đều các nguyên liệu cho đến khi thành hỗn hợp mịn.

c) Sau đó đổ vào chảo 9x13 đã bôi mỡ.

d) Nướng trong lò làm nóng trước 350 độ. 45-55 phút, để nguội rồi thưởng thức. Đừng làm lạnh.

# 46.Bánh mochi Oreo

**THÀNH PHẦN:**

**ĐỐI VỚI MOCHI:**

- 100g mochiko/bột nếp
- 1 muỗng canh bột cacao không đường
- 40g đường
- 200ml nước

**ĐỐI VỚI ĐIỀN:**

- 50ml kem đặc/kem đánh bông
- 80g phô mai kem (như Philadelphia)
- 3 chiếc bánh quy Oreo
- 30g đường

**HƯỚNG DẪN:**

a) Bắt đầu với phần kem: _ đánh bông kem tươi và đường cho đến khi tạo chóp mềm. Thêm kem phô mai và trộn đều. Để qua một bên.

b) Loại bỏ lớp kem bên trong bánh quy Oreo. Nghiền nát bánh quy. Sau đó thêm vụn bánh Oreo vào hỗn hợp kem.

c) Chuẩn bị "khuôn silicon".

d) Đặt kem làm nhân Oreo vào từng lỗ.

e) Làm phẳng bề mặt bằng thìa hoặc bất cứ thứ gì bạn thích. Đặt trong tủ đông cho đến khi nó đông cứng. Tôi thường làm món này một ngày trước khi tôi muốn ăn mochi.

f) Giờ Mochi rồi! Sau khi kem đông lại, hãy bắt đầu chuẩn bị hỗn hợp mochi: Trong bát thủy tinh an toàn với lò vi sóng, trộn bột mì, bột ca cao và đường. Khuấy để kết hợp. Thêm nước từ từ vào và dùng máy đánh trứng đánh cho đến khi mịn. Đậy nhẹ bát bằng màng bọc thực phẩm.

g) Cho hỗn hợp vào lò vi sóng trong 1 phút. Sau đó khuấy bột bằng thìa. đặt lại vào lò vi sóng thêm một phút nữa và khuấy nhẹ. Đặt lại vào lò vi sóng trong 30 giây (không phải 1 phút!) Và khuấy đều. Sau đó cho vào lò vi sóng thêm 30 giây rồi khuấy đều. Hỗn hợp bây giờ sẽ rất đặc và trong suốt.

h) Chuyển bột mochi sang bề mặt làm việc đã được rắc bột katakuriko /tinh bột khoai tây. Hãy cẩn thận, trời rất nóng nên bạn nên dùng thìa. Cắt mochi thành 15 miếng bằng nhau. Đừng quên bôi katakuriko /tinh bột khoai tây lên tay.

i) Dùng tay của bạn, lấy một trong những mảnh này và làm phẳng nó thành một vòng tròn. Sau đó lấy nhân kem Oreo đông lạnh từ tủ đông và đặt vào giữa đĩa mochi. Lấy từng phần nhân kem ra khỏi tủ đông vì chúng sẽ tan chảy và mềm nhanh chóng.

j) Kéo các cạnh của đĩa bột lại với nhau để che quả bóng kem. Nhấn các cạnh lại với nhau để bịt kín. Làm mịn mochi bằng cách lăn nó trên tấm ván phủ bụi.

k) Để vào tủ lạnh trước khi dùng :)

## 47.mochi dừa

**THÀNH PHẦN:**

- 1 hộp (1 lb ) bột mochi
- 2½ cốc đường
- 1 muỗng cà phê bột nở
- 1 lon nước cốt dừa
- 1¾ cốc nước
- 1 muỗng cà phê Vani (tùy chọn)

**HƯỚNG DẪN:**

a) Trộn đường, bột mì và bột nở (nguyên liệu khô).

b) Thêm tất cả các thành phần chất lỏng và trộn cho đến khi mịn. Đổ vào chảo 9 "X13" đã bôi mỡ và phủ giấy bạc lên.

c) Nướng trong một giờ ở 350 độ F.

d) Khi chín cắt bằng dao nhựa.

e) Có thể lăn qua bột ngô riêng rồi bảo quản.

## 48. Mochi với Nori

**THÀNH PHẦN:**

- 1 gói Mochi (7 oz); cắt thành 8 miếng
- 2 thìa nước tương
- 2 tấm Nori; nướng

**HƯỚNG DẪN:**

a) Đặt mochi vào chảo đã được làm nóng trước, bôi một ít dầu, đậy nắp và nấu trên lửa nhỏ cho đến khi chúng mềm và bắt đầu phồng lên. Lật một lần để tránh bị cháy.

b) Quét nhẹ nước tương lên cả hai mặt.

c) Cắt tấm nori làm đôi rồi thành dải 2".

d) Quấn một dải nori quanh giữa mỗi miếng mochi và thưởng thức.

## 49.Tảo Spirulina Mochi đậu phộng

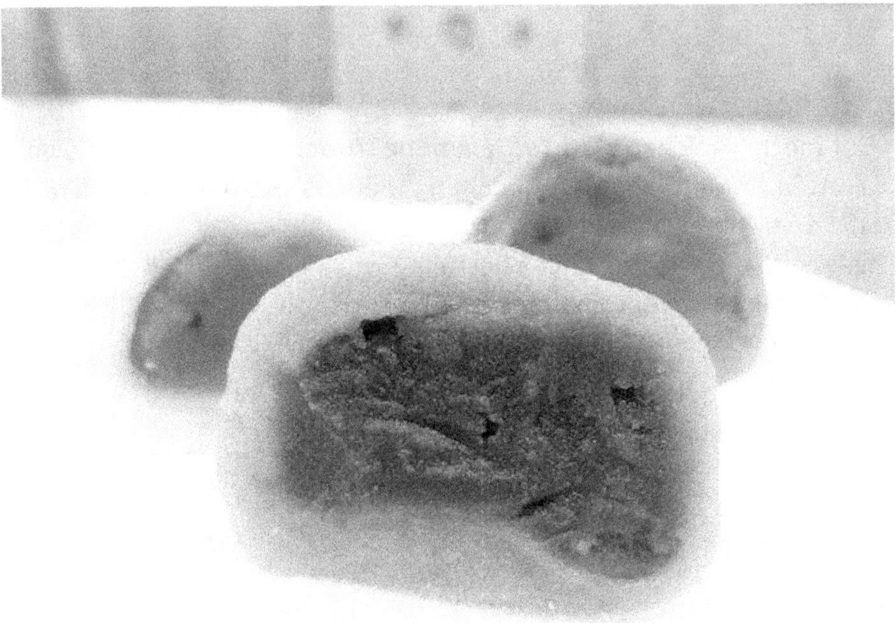

**THÀNH PHẦN:**

**MOCHI:**

- 300g bột nếp
- 50g tinh bột mì
- 75g đường bột
- 1 ½ muỗng canh dầu
- 450ml nước
- ½ muỗng cà phê bột Spirulina

**ĐẬU PHƯƠNG:**

- 300g đậu phộng rang xay
- 100g đường bột
- ¼ thìa cà phê muối

**BỘT CHO SƠN & BẨN:**

- 200g bột gạo, chiên trong 20 phút ở lửa vừa.

**HƯỚNG DẪN:**

a) các thành phần mochi cho đến khi kết hợp tốt. Lọc và đổ vào khay hấp đã phết dầu rồi hấp trên lửa vừa trong 25 phút.

b) Khi hỗn hợp bột gạo đủ nguội để cầm, cạo nó ra bề mặt làm việc và rắc nhẹ bột mì.

c) Chia bột nấu thành nhiều phần nhỏ, mỗi phần khoảng 35-40g, dùng dao nhọn phủ bột mì.

d) Làm từng miếng một và phủ bột mì lên tay để chống dính, vo từng miếng thành một quả bóng.

e) Ấn dẹt quả bóng rồi dùng tay vo thành hình tròn có đường kính 8 cm.

f) Trộn tất cả các nguyên liệu làm nhân , sau đó đặt một thìa nhân vào giữa viên tròn sau đó đưa các mép bao bọc phần nhân, kẹp chặt chúng lại với nhau để bịt kín.

g) Nhẹ nhàng cuộn lại thành hình tròn, ấn nhẹ phần trên cho dẹt một chút.

h) Phủ Mochi bằng bột mì để làm phẳng bề mặt.

i) Mochi sẽ được bảo quản trong hộp kín tối đa 2 ngày.

## 50. Mochi khoai tây

**THÀNH PHẦN:**

- 1 củ khoai tây lớn
- 1 nhúm muối
- 1-2 muỗng canh tinh bột ngô HOẶC tinh bột khoai tây
- Dầu nấu ăn

**HƯỚNG DẪN:**

a) Gọt vỏ khoai tây, cắt thành từng miếng nhỏ và cho vào nồi. Đổ nước vào, thêm ½ thìa muối (HOẶC thêm muối nếu bạn cho thêm nước) và nấu cho đến khi mềm hoàn toàn.

b) Xả và nghiền cho đến khi mịn. Hơi nguội một chút.

c) Thêm 1 chút muối và 1 thìa tinh bột ngô (HOẶC tinh bột khoai tây), trộn đều. Nếu vẫn còn quá ướt HOẶC quá mềm, hãy thêm Tinh bột.

d) Tạo thành hỗn hợp thành đĩa. Tôi làm 4 chiếc đĩa có đường kính khoảng 5cm.

e) Đun nóng chảo rán (tôi dùng chảo 20 cm) trên lửa nhỏ, thoa dầu nhẹ và nấu Mochi khoai tây trong 5 phút HOẶC cho đến khi mặt dưới có màu nâu đẹp mắt. Lật chúng lại và nấu mặt còn lại.

f) Thưởng thức với nước sốt yêu thích của bạn. Trong ảnh trên, Mochi khoai tây được phủ một lớp nước sốt làm từ ½ thìa đường và ½ thìa nước tương.

## 51.Matcha Warabi Mochi

**THÀNH PHẦN:**

- 3 thìa tinh bột khoai tây
- 2 thìa đường
- 1 thìa cà phê bột Matcha
- 1 cốc nước ấm
- Nước đá để làm mát
- Dán Azuki ngọt ngào
- Bột đậu đỏ Azuki'
- Đậu nành rang xay
- Xi-rô Muscovado

**HƯỚNG DẪN:**

a) Trộn tinh bột khoai tây, đường và bột Matcha vào nồi. Thêm nước ấm và trộn đều. Đun trên lửa vừa, khuấy liên tục cho đến khi chuyển sang màu xanh đậm và hỗn hợp đặc lại. Tắt bếp nhưng tiếp tục khuấy trong 20-30 giây để bột cứng lại.

b) Ngoài ra, bạn có thể nấu trong lò vi sóng ở công suất trung bình.

c) KHUÔN thật kỹ, sau đó nấu trong 1 đến 1 & ½ phút và khuấy đều.

d) Chuẩn bị nước và đá viên trong tô. Dùng hai thìa ướt, thả 1 thìa hỗn hợp giống như bột nhão vào nước đá. Hỗn hợp sẽ cứng lại ngay lập tức.

e) Sau khi nguội và cứng, để ráo nước và cho vào tô phục vụ. Thưởng thức với Bột đậu nành rang (Đậu nành rang xay) và Syrup Muscovado. Tôi thực sự khuyên bạn nên thưởng thức Matcha Warabi Mochi với 'Sweet Azuki Paste' (Sweet Azuki Paste).

## 52.tiếng Nhật Đậu phụ Mochi

**THÀNH PHẦN:**

- 4 thìa bột gạo nếp
- 2 thìa đậu phụ mềm
- 1-1½ thìa đường
- lòng đỏ trứng luộc một nửa

**HƯỚNG DẪN:**

a) Cho đậu phụ vào nguyên liệu khô và trộn đều.
b) Dùng rây lọc trà để lòng đỏ trứng mịn hơn.
c) Trộn lòng đỏ trứng với 1 thìa bột mochi và tạo thành bánh mochi màu vàng.
d) Tạo những quả bóng nhỏ màu vàng và bọc chúng trong bột mochi trắng. Tạo hình quả trứng. Trong bước này dùng bột gạo nếp phủ lên tay.
e) Đun sôi mochi trong 3 phút. Và làm mát trong nước.
f) Trang trí bánh mochi trứng với màu xanh lá cây.
g) Thưởng thức

## 53. Bunny Daifuku Mochi Taro

**THÀNH PHẦN:**

- 300 g Bột khoai môn (cỡ 25g)
- Da tuyết; (20g/cái)
- 33 g Bột nếp
- 33 g Bột gạo
- 20g tinh bột ngô
- 20 g đường bột
- 150ml sữa
- 17 g Sữa đặc
- 20 g dầu dừa
- Củ dền (màu) 12 g (1 g bột màu hồng)
- Bụi tuyết
- 3 thìa bột gạo nếp rang trên chảo

**HƯỚNG DẪN:**

a) Da tuyết, bắt đầu bằng việc cho tất cả nguyên liệu vào tô trộn và đánh đều để trộn đều. Sau đó lấy bột đã trộn và lọc vào rây. Đậy lại bằng giấy bạc và hấp ở lửa vừa trong 20 phút hoặc cho đến khi chín.

b) Trong khi đó, xào gạo nếp 4 với lửa nhỏ trong 5 phút. Để qua một bên.

c) Quay trở lại nồi hấp và lấy da tuyết ra khỏi nồi hấp. Dùng thìa nhào khi còn nóng cho đến khi nguội. Sau đó dùng tay nhào cho đến khi mịn và đàn hồi. Cắt ra 12 g để tạo màu củ dền. Bọc nó cho đến khi nó nguội hoàn toàn.

d) Nghiền củ cải đường, ép lấy nước và trộn với bột mì. Bọc nó và đặt nó sang một bên.

e) Bột khoai môn, vo thành 12 viên 25 g, 20 g làm vỏ tuyết và 1 g làm bột màu hồng.

f) Làm phẳng tấm da tuyết bằng lòng bàn tay của bạn. Nhấn vào giữa để làm mỏng. Sau đó ấn dẹt miếng bột màu hồng và ấn vào chỗ mỏng. Đặt miếng khoai môn vào và quấn nhẹ nhàng. Cuộn thành một quả bóng tròn mịn.

g) Rắc đều bột nếp chiên lên. Dùng đũa làm tai thỏ và ấn vừng đen làm mắt. Cuộn chiếc đuôi nhỏ lại, chải bằng nước rồi chấm chiếc đuôi nhỏ lên đó.

## 54.Mochi đậu phộng đậu bướm

**THÀNH PHẦN:**

**MOCHI:**

- 300g bột nếp
- 50g tinh bột mì
- 75g đường bột
- 1 ½ muỗng canh dầu
- 450ml nước
- ½ muỗng cà phê bột đậu biếc

**ĐẬU PHƯƠNG:**

- 300g đậu phộng rang xay
- 100g đường bột
- ¼ thìa cà phê muối

**BỘT CHO SƠN & BẨN:**

- 200g bột gạo, chiên trong 20 phút ở lửa vừa.

**HƯỚNG DẪN:**

a) Trộn tất cả nguyên liệu làm bánh mochi cho đến khi kết hợp tốt. Lọc và đổ vào khay hấp đã phết dầu rồi hấp trên lửa vừa trong 25 phút.

b) Khi hỗn hợp bột gạo đủ nguội để cầm, cạo nó ra bề mặt làm việc và rắc nhẹ bột mì.

c) Chia bột nấu thành nhiều phần nhỏ, mỗi phần khoảng 35-40g, dùng dao nhọn phủ bột mì.

d) Làm từng miếng một và phủ bột mì lên tay để chống dính, vo từng miếng thành một quả bóng.

e) Ấn dẹt quả bóng rồi dùng tay vo thành hình tròn có đường kính 8 cm.

f) Trộn tất cả các nguyên liệu làm nhân, sau đó đặt một thìa nhân vào giữa viên tròn sau đó đưa các mép bao bọc phần nhân, ghim thật kỹ để bịt kín.

g) Nhẹ nhàng cuộn lại thành hình tròn, ấn nhẹ phần trên cho dẹt một chút.

h) Phủ Mochi bằng bột mì để làm phẳng bề mặt.

i) Mochi sẽ được bảo quản trong hộp kín tối đa 2 ngày.

## 55.Bánh Mochi Sakura

**THÀNH PHẦN:**

- 6 dưa chua lá anh đào
- 1 giọt màu thực phẩm đỏ
- 4,76 oz gạo ngọt/gạo nếp
- 1 muỗng canh đường cát
- 3,53 oz bột đậu đỏ
- 6,09 oz nước

**HƯỚNG DẪN:**

a) Gạo tẻ vo sạch rồi ngâm qua đêm ít nhất 1 tiếng. Ngâm lá sakura trong nước khoảng 15 phút để loại bỏ muối. Sau đó lau khô lá bằng khăn giấy. Làm ướt tay và lăn bột thành 6 quả bóng nhỏ giữa hai bàn tay.

b) Xả sạch rồi cho gạo nếp vào tô lớn.

c) Thêm nước và màu thực phẩm đỏ vào rồi trộn đều.

d) Đậy lại bằng màng bọc thực phẩm và cho vào lò vi sóng trong 6 phút.

e) Trộn một lần ở giữa. Mở màng bọc nhựa và trộn. Sau đó đậy lại bằng khăn bếp trong 5 phút.

f) Thêm đường vào gạo nếp rồi trộn đều. Dùng chày giã gạo nếp cho đến khi gạo nếp dẻo (giữ lại hình dạng gạo). Chia cơm thành 6 phần. Trên bề mặt chuẩn bị, đặt một tấm bọc nhựa và phun một chút nước.

g) Đặt cơm ngọt và trải thành hình chữ nhật. Đảm bảo không có khoảng trống ở khu vực trung tâm.

h) Đặt một viên tròn vào giữa và lăn phần cơm ngọt lên trên để phủ kín.

i) Thắt chặt bọc nhựa và xoắn nó để tạo thành hình bầu dục đẹp mắt. Cuối cùng, bọc nó bằng lá sakura . Để nó ở nhiệt độ phòng trong khoảng một giờ cho đến khi mochi hấp thụ hương vị từ lá sakura . Thưởng thức!

## 56.Mochi đậu đỏ

**THÀNH PHẦN:**

- 0,25 chén bột gạo ngọt
- dầu thực vật
- 1½ chén bột gạo ngọt
- 0,25 cốc bột bắp
- 0,25 cốc đường bột/đường siêu mịn
- 1½ cốc nước cốt dừa có đường không đường
- 2 muỗng canh dầu dừa
- 10 ounce bột đậu đỏ

**HƯỚNG DẪN:**

a) Chuẩn bị lớp phủ mochi (bột gạo ngọt nấu chín):

b) Trong một cái chảo khô, sạch, cho ¼ chén bột gạo ngọt vào. Nấu trong 10 phút trên lửa vừa cao cho đến khi bột bắt đầu bốc khói nhẹ. Khuấy thường xuyên để tránh bị cháy.

c) Tắt bếp và để nguội hoàn toàn trong khi chuẩn bị các thành phần còn lại của mochi.

d) Làm bột mochi:

e) khuôn bánh hình vuông 11×11" (lý tưởng nhất là loại chống dính là lý tưởng). Để qua một bên.

f) Chuẩn bị nồi hấp với nước và đun sôi.

g) Trong khi nước đang đun, trộn bột gạo ngọt, bột ngô, đường bột, nước cốt dừa và dầu dừa đun chảy vào tô lớn cho đến khi mịn, không bị vón cục.

h) Chuyển hỗn hợp vào khuôn bánh đã chuẩn bị sẵn, gõ nhẹ khuôn lên mặt bếp để bột dàn đều. Khi nước trong nồi hấp đã sôi, hấp bột trong 15 phút ở lửa lớn.

i) Tắt bếp và để trên quầy cho nguội hoàn toàn.

j) Viên nhân đậu đỏ thành từng viên:

k) Làm lạnh bột đậu đỏ trong tủ lạnh (có nắp đậy) ít nhất 30 phút. Bột đậu đỏ lạnh dễ xử lý hơn cả khi cuộn nhân thành từng viên và khi gói bánh mochi.

l) Dùng tay thoa một ít dầu, vo hỗn hợp thành từng viên (35 g mỗi viên đối với bánh mochi lớn hơn hoặc 20-25 g nếu bạn làm 16 bánh mochi nhỏ hơn theo công thức này). Đặt sang một bên trên đĩa.

m) Sau khi bột nguội, chuyển bột lên một miếng giấy sáp lớn (hoặc một mặt bàn sạch, bôi một chút dầu mỡ và quét dầu thực vật). Dùng dụng cụ cạo đã phết dầu để nhấc dần lớp mochi dính ra khỏi chảo.

n) Cắt bột thành 9 hoặc 16 ô vuông bằng nhau (tùy theo bạn muốn bánh mochi lớn hay nhỏ).

o) Thoa dầu nhẹ lên ngón tay, lấy một miếng bột rồi đặt nhân đậu đỏ vào giữa. Đóng bột xung quanh phần nhân, kẹp chặt lại. Quá nhiều dầu ở giai đoạn này sẽ khiến khối bột không bị đóng lại, vì vậy hãy bôi dầu vừa đủ lên ngón tay để bột không bị dính vào tay khi cầm.

p) Lăn bánh mochi qua bột gạo ngọt đã nấu chín để phủ đều. Quăng nhẹ giữa hai lòng bàn tay để rũ bớt bột thừa.

q) Đặt từng đường may mochi úp xuống cốc giấy đựng bánh cupcake. Lặp lại cho đến khi tất cả mochi được tập hợp lại.

## 57.tiếng Hawaii mochi bơ

**THÀNH PHẦN:**

- 3 chén bột gạo ngọt (mochiko)
- 2¼ chén đường cát
- 2 thìa cà phê bột nở
- ¼ thìa cà phê muối
- 2 lon (14 ounce; 400ml) nước cốt dừa không đường
- 1 cốc sữa nguyên chất
- 5 quả trứng lớn
- 8 muỗng canh bơ, tan chảy
- 2 muỗng cà phê chiết xuất vani

**HƯỚNG DẪN:**

a) Làm nóng lò ở nhiệt độ 340°F (171°C). Bôi mỡ lên chảo nướng 9×13 inch (23×33cm) bằng bình xịt chống dính và đặt sang một bên.

b) Trong một tô vừa, trộn bột gạo ngọt, đường, bột nở và muối.

c) Trong một bát vừa riêng biệt, trộn đều nước cốt dừa không đường, sữa nguyên chất, trứng, bơ và chiết xuất vani.

d) Thêm hỗn hợp bột vào hỗn hợp trứng, đánh đều. Đổ hỗn hợp vào chảo đã chuẩn bị.

e) Nướng trong 1 giờ hoặc cho đến khi có màu vàng nhạt và nâu xung quanh các cạnh. Làm nguội hoàn toàn trước khi cắt thành 24 ô vuông.

## 58. Mochi bột đậu nành

**THÀNH PHẦN:**

- ½ c. Bột đậu nành
- ½ c. bột dong riềng
- ¼ c. sữa đậu nành hoặc nước
- ½ t. muối

**HƯỚNG DẪN:**

a) Kết hợp các thành phần và nhào một chút.

b) Đổ dầu vào chảo, làm nóng trước ở mức trung bình cao, cho mochi vào và chiên cả hai mặt cho đến khi bên ngoài cứng lại.

c) Hạ nhiệt xuống mức vừa phải và nấu cho đến khi có màu nâu ở cả hai mặt và bên trong mềm như bánh mochi .

d) Dùng đầu đũa lấy ra khỏi chảo và bí thành hỗn hợp gồm nước tương và mật ong với tỷ lệ bằng nhau

## 59. Matcha Mochi

**THÀNH PHẦN:**

**KEM ĐIỀU**

- ½ chén hạt điều sống ngâm qua đêm
- ½ cốc nước

**NHÀ MATCHA**

- 50g bơ cacao
- 45 g đường bột
- 1 thìa cà phê bột matcha dùng loại ceremonial để có hương vị ngon nhất
- 2 thìa kem hạt điều
- ¼ thìa cà phê chiết xuất vani

**BỘT MOCHI**

- ½ chén bột gạo ngọt
- 2 muỗng canh đường trắng
- 6 muỗng canh sữa hạnh nhân hoặc sữa thực vật khác
- 1 và ½ muỗng cà phê dầu
- ¼ thìa cà phê bột matcha

**HƯỚNG DẪN:**

**KEM ĐIỀU**

a) Xả hạt điều và cho chúng cùng với nước vào máy xay tốc độ cao. Trộn ở tốc độ cao trong 30-50 giây hoặc cho đến khi mịn. Chuyển sang một cái bát và đặt sang một bên.

**NHÀ MATCHA**

b) Đun chảy bơ cacao trong chảo nhỏ. Hủy bỏ nhiệt ngay khi nó tan chảy. Bơ cacao không được nóng. Nếu quá nóng, hãy để nguội trong vài phút hoặc cho đến khi nhiệt độ phòng.

c) Chuyển bơ cacao tan chảy vào một cái bát nhỏ. Thêm đường bột, matcha, kem hạt điều và vani.

d) Đánh cho đến khi hòa quyện hoàn toàn và tiếp tục đánh trong 2-3 phút hoặc cho đến khi hỗn hợp hơi đặc lại.

e) Chuyển vào tủ lạnh và làm lạnh trong khoảng 2 giờ hoặc cho đến khi đông lại.

**BỘT MOCHI**

f) Trong một tô nhỏ, trộn đều bột gạo ngọt, đường trắng, sữa hạnh nhân, dầu và bột matcha.

g) Đun sôi một nồi nước rồi đặt một chiếc xửng hấp bằng tre lên trên.

h) Chuyển hỗn hợp vào một hộp đựng vừa với nồi hấp bằng tre của bạn.

i) Đậy nắp và hấp trong 20 phút. Đang hấp được nửa chừng, dùng thìa khuấy đều.

j) Sau 20 phút, để bột nguội trong 15-20 phút hoặc cho đến khi ấm. Chuyển sang tô và dùng thìa gỗ khuấy đều cho đến khi bột mịn.

k) Bọc bột nếp trong màng bọc thực phẩm và để trong tủ lạnh khoảng 45 phút.

l) Để tạo hình: Múc 1½ thìa cà phê nhân matcha và cẩn thận vo thành từng viên, đặt sang một bên. Phủi bụi lên bề mặt làm việc bằng bột ngô. Lấy một lượng nhỏ bột mochi và ấn dẹt thành hình tròn trên bề mặt đã phủ bụi.

m) Đặt viên tròn nhân vào giữa miếng bột rồi quấn bột xung quanh phần nhân. Chụm các cạnh để bịt kín. Chuyển sang đĩa có mặt đậy kín úp xuống. Lặp lại với phần nhân và bột còn lại.

n) Thưởng thức ngay lập tức hoặc để trong tủ lạnh trong vài giờ. Mochi ngon nhất nên dùng trong ngày nhưng có thể bảo quản được tối đa 3 ngày trong tủ lạnh.

## 60.Matcha Mochi đậu phộng

**THÀNH PHẦN:**

**MOCHI:**

- 300g bột nếp
- 50g tinh bột mì
- 75g đường bột
- 1 ½ muỗng canh dầu
- 450ml nước
- ½ thìa cà phê bột Matcha

**ĐẬU PHƯƠNG:**

- 300g đậu phộng rang xay
- 100g đường bột
- ¼ thìa cà phê muối

**BỘT CHO SƠN & BẨN:**

- 200g bột gạo, chiên trong 20 phút ở lửa vừa.

**HƯỚNG DẪN:**

a) các thành phần mochi cho đến khi kết hợp tốt. Lọc và đổ vào khay hấp đã phết dầu rồi hấp trên lửa vừa trong 25 phút.

b) Khi hỗn hợp bột gạo đủ nguội để cầm, cạo nó ra bề mặt làm việc và rắc nhẹ bột mì.

c) Chia bột nấu thành nhiều phần nhỏ, mỗi phần khoảng 35-40g, dùng dao nhọn phủ bột mì.

d) Làm từng miếng một và phủ bột mì lên tay để chống dính, vo từng miếng thành một quả bóng.

e) Ấn dẹt quả bóng rồi dùng tay vo thành hình tròn có đường kính 8 cm.

f) Trộn tất cả các nguyên liệu làm nhân, sau đó đặt một thìa nhân vào giữa viên tròn sau đó đưa các mép bao bọc phần nhân, ghim thật kỹ để bịt kín.

g) Nhẹ nhàng cuộn lại thành hình tròn, ấn nhẹ phần trên cho dẹt một chút.

h) Phủ Mochi bằng bột mì để làm phẳng bề mặt.

i) Mochi sẽ được bảo quản trong hộp kín tối đa 2 ngày.

# MÓN CHÍNH

## 61.Nướng Mực ống

**THÀNH PHẦN:**

- 2 con mực cỡ vừa, làm sạch, bỏ ruột
- 2 muỗng canh nước tương
- 2 muỗng canh dầu hào
- 2 thìa mật ong
- 1 muỗng canh dầu mè
- 1 thìa tỏi băm
- 1 muỗng cà phê ớt bột (tùy chọn)
- Muối và hạt tiêu cho vừa ăn
- Xiên bằng gỗ

**HƯỚNG DẪN:**

a) Làm nóng trước vỉ nướng hoặc chảo nướng trên lửa vừa cao.
b) Xếp mực theo đường chéo ở cả hai mặt.
c) Trong tô, trộn đều nước tương, dầu hào, mật ong, dầu mè, tỏi băm, ớt bột (nếu dùng), muối, tiêu để làm nước xốt.
d) Quét mực với nước xốt, đảm bảo mực được phủ đều.
e) Xâu mực vào xiên gỗ, xuyên qua thân và các xúc tu.
f) Nướng mực khoảng 3-4 phút mỗi mặt cho đến khi mực chín và có vết nướng.
g) Lấy mực ra khỏi vỉ nướng và để yên trong vài phút trước khi dùng.
h) Cắt mực nướng thành từng miếng nhỏ và dùng nóng.

## 62. Thịt lợn xay Đài Loan và dưa chuột ngâm

**THÀNH PHẦN:**

- 1 lb (450g) thịt lợn xay
- 1 chén dưa chuột muối, thái lát mỏng
- 2 muỗng canh nước tương
- 1 muỗng canh tương đen
- 1 muỗng canh giấm gạo
- 1 muỗng canh dầu mè
- 2 tép tỏi, băm nhỏ
- 1 thìa cà phê gừng, băm nhỏ
- 1/2 thìa cà phê đường
- 1/4 thìa cà phê tiêu đen
- Dầu thực vật để nấu ăn
- Hành lá cắt nhỏ (để trang trí)

**HƯỚNG DẪN:**

a) Trong một bát nhỏ, trộn đều nước tương, tương đen, giấm gạo, dầu mè, tỏi băm, gừng băm, đường và tiêu đen. Để qua một bên.
b) Đun nóng dầu thực vật trong chảo lớn hoặc chảo trên lửa vừa cao.
c) Thêm thịt lợn xay vào chảo và nấu cho đến khi chín vàng.
d) Thêm dưa chuột muối thái lát vào chảo và xào trong khoảng 2 phút.
e) Đổ hỗn hợp nước sốt lên thịt lợn và dưa chuột. Khuấy đều để kết hợp.
f) Nấu thêm 2-3 phút cho đến khi các hương vị hòa quyện vào nhau.
g) Trang trí với hành lá xắt nhỏ.
h) Ăn nóng thịt heo xay Đài Loan và dưa chuột muối với cơm trắng.

## 63. Món kho Đài Loan Cơm thịt lợn

**THÀNH PHẦN:**

- 1 lb thịt ba chỉ, thái lát mỏng
- 1/4 chén nước tương
- 1/4 chén nước tương đen
- 1/4 chén rượu gạo
- 2 thìa đường
- 2 tép tỏi, băm nhỏ
- hồi 2 sao
- 1 thanh quế
- 1 ly nước
- 4 chén cơm Jasmine nấu chín
- Trứng luộc chín (tùy chọn)
- Rau cải muối chua (tùy chọn)
- Hành lá cắt nhỏ (để trang trí)

**HƯỚNG DẪN:**

a) Trong chảo, chiên các lát thịt bụng lợn cho đến khi chúng giòn ở bên ngoài. Loại bỏ và đặt sang một bên.
b) Trong cùng một chảo, cho tỏi băm vào xào cho đến khi có mùi thơm.
c) Thêm nước tương, nước tương đen, rượu gạo, đường, hoa hồi, thanh quế và nước vào chảo. Khuấy để kết hợp.
d) Cho các lát thịt bụng lợn đã chín vàng vào chảo và đun sôi hỗn hợp.
e) Đậy nắp và để thịt lợn sôi trong nước sốt khoảng 1-2 giờ, cho đến khi mềm và nước sốt đặc lại.
f) Để phục vụ, hãy đặt một muỗng cơm Jasmine đã nấu chín vào tô hoặc đĩa.
g) Đặt các lát thịt ba chỉ om lên cơm và rưới một ít nước sốt lên trên.
h) Trang trí với hành lá xắt nhỏ.
i) Dùng nóng Lu Rou Fan, và bạn cũng có thể dùng thêm trứng luộc chín và rau cải muối chua làm lớp phủ thêm.

## 64.Gà hầm dầu mè Đài Loan

**THÀNH PHẦN:**

- 2 lbs (900g) miếng thịt gà (có xương và da)
- 3 muỗng canh dầu mè
- 3 muỗng canh nước tương
- 3 muỗng canh rượu gạo
- 1 thìa đường
- 3 tép tỏi, băm nhỏ
- Gừng miếng 1 inch, thái lát
- 2 chén nước luộc gà
- 1 muỗng canh bột bắp (tùy chọn, để làm đặc)
- Hành lá cắt nhỏ (để trang trí)

**HƯỚNG DẪN:**

a) Đun nóng dầu mè trong nồi lớn hoặc lò nướng Hà Lan trên lửa vừa.
b) Thêm tỏi băm và gừng thái lát. Xào khoảng 1 phút cho đến khi có mùi thơm.
c) Cho các miếng thịt gà vào nồi và chiên vàng đều các mặt.
d) Trong một bát nhỏ, trộn đều nước tương, rượu gạo và đường. Đổ hỗn hợp này lên gà.
e) Cho nước luộc gà vào nồi, đậy nắp và đun nhỏ lửa trong khoảng 30-40 phút cho đến khi gà chín và mềm.
f) Nếu muốn, trộn bột bắp với một ít nước để tạo thành hỗn hợp sền sệt rồi cho vào nồi hầm để làm đặc nước sốt. Khuấy đều để kết hợp.
g) Ăn món gà hầm dầu mè nóng, trang trí với hành lá xắt nhỏ và cơm trắng.

## 65.Bánh bao Đài Loan

**THÀNH PHẦN:**

- 1 gói giấy gói bánh bao
- 1/2 lb (225g) thịt lợn xay
- 1/2 chén bắp cải Napa, thái nhỏ
- 1/4 chén hành lá, thái nhỏ
- 1 muỗng canh gừng, băm nhỏ
- 2 muỗng canh nước tương
- 1 muỗng canh dầu mè
- 1 thìa cà phê đường
- 1/2 thìa cà phê muối
- 1/4 thìa cà phê tiêu đen

**HƯỚNG DẪN:**

a) Trong một bát trộn, trộn thịt lợn xay, bắp cải Napa, hành lá, gừng, nước tương, dầu mè, đường, muối và tiêu đen. Trộn đều cho đến khi tất cả các thành phần được kết hợp đồng đều.
b) Lấy giấy gói bánh bao và đặt một thìa nhân thịt lợn vào giữa.
c) Nhúng ngón tay của bạn vào nước và làm ẩm các cạnh của giấy gói.
d) Gấp giấy gói làm đôi và ấn các cạnh lại với nhau để bịt kín, tạo thành hình bán nguyệt.
e) Lặp lại quy trình với các giấy gói và nhân bánh bao còn lại.
f) Mang một nồi nước lớn để đun sôi. Cho bánh bao vào nước sôi và nấu khoảng 5-7 phút cho đến khi bánh nổi lên mặt nước.
g) Xả bánh bao và dùng nóng với nước tương hoặc nước chấm yêu thích của bạn.

## 66.Gà ba chén kiểu Đài Loan

**THÀNH PHẦN:**

- 1 lb (450g) thịt gà, cắt thành miếng vừa ăn
- 1/4 chén dầu mè
- 1/4 chén nước tương
- 1/4 chén rượu gạo
- 1 thìa đường
- 5 tép tỏi, băm nhỏ
- Gừng 1 inch, băm nhỏ
- 2 muỗng canh lá húng quế tươi

**HƯỚNG DẪN:**

a) Đun nóng dầu mè trong chảo hoặc chảo lớn trên lửa vừa.
b) Thêm tỏi và gừng băm vào xào khoảng 1 phút cho đến khi có mùi thơm.
c) Cho các miếng thịt gà vào chảo và nấu cho đến khi chín vàng các mặt.
d) Trong một bát nhỏ, trộn đều nước tương, rượu gạo và đường. Đổ hỗn hợp này lên gà.
e) Giảm nhiệt xuống thấp và để gà sôi trong khoảng 20-25 phút cho đến khi nước sốt đặc lại và gà chín.
f) Thêm lá húng quế tươi và khuấy đều để kết hợp.
g) Ăn nóng gà ba chén với cơm trắng.

## 67. Thịt lợn Đài Loan Sườn

**THÀNH PHẦN:**

- 4 miếng sườn heo
- 2 muỗng canh nước tương
- 2 muỗng canh rượu gạo
- 1 thìa đường
- 2 tép tỏi, băm nhỏ
- 1/2 muỗng cà phê bột ngũ vị hương
- Muối và hạt tiêu cho vừa ăn
- Dầu thực vật để chiên

**HƯỚNG DẪN:**

a) Trong một bát, trộn nước tương, rượu gạo, đường, tỏi băm, bột ngũ vị hương, muối và tiêu. Trộn đều để làm nước xốt.

b) Đặt sườn heo vào đĩa nông và rưới nước xốt lên trên. Hãy chắc chắn rằng tất cả các mặt của sườn heo được phủ đều. Để chúng ướp trong ít nhất 30 phút.

c) Đun nóng dầu thực vật trong chảo rán hoặc chảo trên lửa vừa cao.

d) Chiên sườn heo đã ướp khoảng 3-4 phút mỗi mặt cho đến khi chúng có màu vàng nâu và chín đều.

e) Lấy sườn heo ra khỏi chảo và đặt chúng lên đĩa phục vụ.

f) Ăn sườn heo Đài Loan nóng với cơm hấp hoặc làm nhân trong bánh sandwich kiểu Đài Loan.

## 68.Gạo Thổ Nhĩ Kỳ

**THÀNH PHẦN:**

- 1 lb ức gà tây, thái lát mỏng
- 1/4 chén nước tương
- 2 muỗng canh dầu hào
- 2 thìa đường
- 2 muỗng canh dầu thực vật
- 4 tép tỏi, băm nhỏ
- 4 chén cơm Jasmine nấu chín
- Trứng luộc chín (tùy chọn)
- Rau cải muối chua (tùy chọn)
- Hành lá cắt nhỏ (để trang trí)

**HƯỚNG DẪN:**

a) Trong một bát, trộn nước tương, dầu hào và đường. Khuấy cho đến khi đường tan hết.
b) Đun nóng dầu thực vật trong chảo hoặc chảo trên lửa vừa.
c) Cho tỏi băm vào chảo và xào cho đến khi có mùi thơm.
d) Thêm các lát ức gà tây vào chảo và xào cho đến khi chín.
e) Đổ hỗn hợp nước sốt lên các lát gà tây trong chảo và khuấy đều.
f) Tiếp tục nấu thêm vài phút nữa cho đến khi nước sốt đặc lại và phủ lên gà tây.
g) Để phục vụ, hãy đặt một muỗng cơm Jasmine đã nấu chín vào tô hoặc đĩa.
h) Đặt các lát gà tây lên trên cơm và rưới một ít nước sốt lên trên.
i) Trang trí với hành lá xắt nhỏ.
j) Phục vụ nóng Hoe-Koe Bah-Pn̄g / Huo Ji Rou Fan, đồng thời bạn cũng có thể dùng thêm trứng luộc chín và rau cải muối ngâm làm lớp phủ thêm.

69.Ngọn lửa Nướng Thịt bò Khối

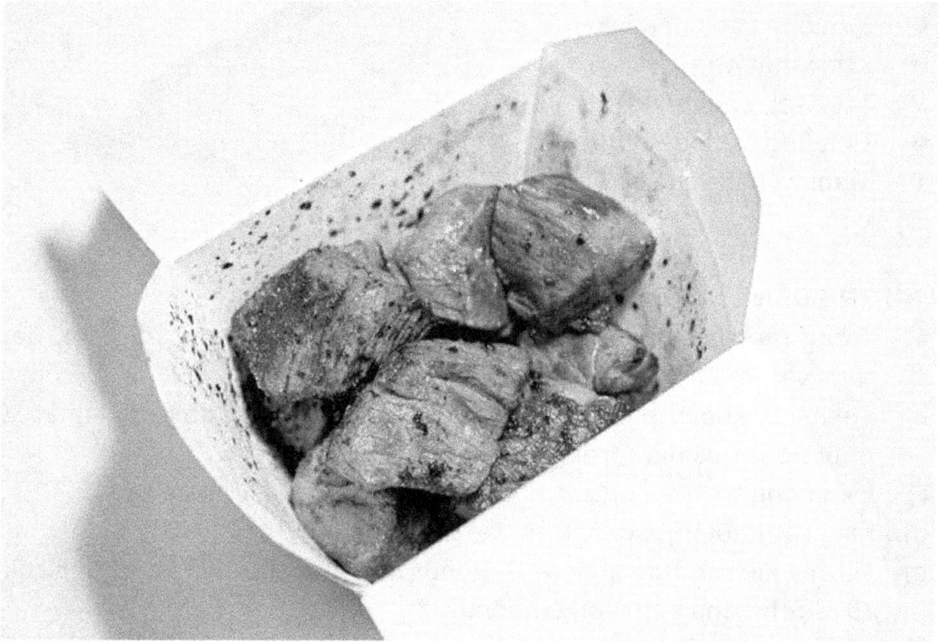

**THÀNH PHẦN:**

- 1 lb thăn bò hoặc sườn bò, cắt thành khối 1 inch
- 2 muỗng canh nước tương
- 2 muỗng canh dầu hào
- 2 thìa mật ong
- 2 tép tỏi, băm nhỏ
- 1 muỗng canh dầu thực vật
- Muối và hạt tiêu cho vừa ăn
- xiên

**HƯỚNG DẪN:**

a) Trong một bát, trộn nước tương, dầu hào, mật ong, tỏi băm, dầu thực vật, muối và tiêu để làm nước xốt.
b) Thêm các khối thịt bò vào nước xốt và trộn đều. Để nó ướp ít nhất 30 phút hoặc qua đêm trong tủ lạnh.
c) Làm nóng trước vỉ nướng hoặc chảo nướng trên lửa vừa cao.
d) Xiên các khối thịt bò đã ướp vào xiên.
e) Nướng xiên thịt bò khoảng 2-3 phút mỗi mặt cho đến khi chúng chín tới độ chín mà bạn mong muốn.
f) Lấy xiên ra khỏi vỉ nướng và để chúng nghỉ vài phút trước khi dùng.
g) Dùng nóng miếng thịt bò nướng lửa như một món ăn vặt đường phố thơm ngon.

## 70.Món kho Đài Loan Bát cơm thịt heo

**THÀNH PHẦN:**

- 1 lb (450g) thịt ba chỉ, cắt thành miếng vừa ăn
- 3 muỗng canh nước tương
- 3 muỗng canh nước tương đen
- 2 thìa đường
- 2 tép tỏi, băm nhỏ
- Gừng miếng 1 inch, thái lát
- hồi 2 sao
- 1 thanh quế
- 2 cốc nước
- 2 muỗng canh dầu thực vật
- Cơm trắng để phục vụ
- Hành lá cắt nhỏ (để trang trí)

**HƯỚNG DẪN:**

a) Trong một cái bát, trộn nước tương, nước tương đen, đường, tỏi băm, gừng thái lát, hoa hồi, thanh quế và nước. Trộn đều để làm nước sốt om.

b) Đun nóng dầu thực vật trong nồi lớn hoặc lò nướng Hà Lan trên lửa vừa.

c) Cho các miếng thịt bụng lợn vào nồi và chiên vàng đều các mặt.

d) Đổ nước sốt om lên thịt lợn rồi đun sôi.

e) Giảm nhiệt xuống thấp và để thịt lợn sôi, đậy nắp trong khoảng 1,5-2 giờ cho đến khi thịt mềm và hương vị ngấm đều.

f) Thỉnh thoảng khuấy thịt lợn trong khi nấu và thêm nước nếu cần để tránh bị khô.

g) Khi thịt lợn mềm, mở nắp và để nước sốt đặc lại thêm 10-15 phút ở lửa nhỏ.

h) Dọn thịt lợn om Đài Loan lên cơm trắng và trang trí với hành lá xắt nhỏ.

i) Hãy thưởng thức món cơm thơm ngon và dễ chịu này nhé.

## 71.Xúc Xích Xôi Đài Loan

**THÀNH PHẦN:**

- 2 chén xôi (gạo nếp)
- 4 lạp xưởng (lap cheong)
- 2 muỗng canh nước tương
- 1 muỗng canh dầu hào
- 1 muỗng canh dầu mè
- 2 tép tỏi, băm nhỏ
- 1 muỗng canh dầu thực vật
- 2 củ hành xanh, xắt nhỏ

**HƯỚNG DẪN:**

a) Gạo nếp vo sạch rồi ngâm nước ít nhất 4 tiếng hoặc qua đêm. Xả gạo trước khi nấu.

b) Trong nồi hấp, hấp xôi khoảng 20-25 phút cho đến khi xôi mềm và dẻo.

c) Trong khi cơm đang hấp, hãy nấu xúc xích Trung Quốc. Trong chảo, thêm nước và đun sôi. Thêm xúc xích và đun nhỏ lửa trong 10 phút. Lấy ra khỏi nước và để chúng nguội.

d) Khi xúc xích nguội, cắt chéo thành từng miếng mỏng.

e) Trong một chảo riêng, đun nóng dầu thực vật trên lửa vừa. Thêm tỏi băm vào xào cho đến khi có mùi thơm.

f) Thêm xôi đã hấp vào chảo và xào trong vài phút.

g) Thêm nước tương, dầu hào, dầu mè và hành lá cắt nhỏ vào chảo. Trộn đều để cơm ngấm đều.

h) Thêm xúc xích thái lát vào chảo và tiếp tục xào thêm 2-3 phút nữa cho đến khi mọi thứ quyện đều.

i) Ăn nóng Xôi Đài Loan.

## 72. Cốt lết gà

**THÀNH PHẦN:**

- 2 ức gà không xương, không da
- 1 cốc bột mì đa dụng
- 2 quả trứng, đánh bông
- 2 cốc vụn bánh mì panko
- Muối và hạt tiêu cho vừa ăn
- Dầu thực vật để chiên

**HƯỚNG DẪN:**

a) Đặt ức gà vào giữa màng bọc thực phẩm và dùng vồ thịt đập cho đến khi chúng dày khoảng 1/2 inch.
b) Ướp ức gà với muối và hạt tiêu ở cả hai mặt.
c) Chuẩn bị một trạm làm bánh mì với ba cái bát nông: một cái đựng bột mì, một cái đựng trứng đánh bông và một cái đựng vụn bánh mì panko.
d) Nhúng từng ức gà vào bột mì, rũ bỏ phần bột thừa.
e) Nhúng bột gà vào trứng đã đánh, để phần bột thừa chảy ra.
f) Phủ gà với vụn bánh mì panko, ấn nhẹ để dính.
g) Đun nóng dầu thực vật trong chảo lớn trên lửa vừa.
h) Chiên các miếng thịt gà cốt lết trong khoảng 3-4 phút mỗi mặt cho đến khi chín vàng và chín đều.
i) Lấy các miếng cốt lết ra khỏi chảo và đặt chúng lên đĩa có lót khăn giấy để ráo bớt dầu thừa.
j) Cắt thịt gà thành từng dải hoặc miếng vừa ăn trước khi dùng.

## 73.Thịt lợn kiểu Đài Loan Thịt khô

**THÀNH PHẦN:**

- 1 lb (450g) thịt vai lợn, thái thành dải mỏng
- 1/4 chén nước tương
- 2 muỗng canh nước tương đen
- 2 muỗng canh rượu gạo
- 2 thìa đường
- 2 tép tỏi, băm nhỏ
- 1 thìa cà phê bột ngũ vị hương
- 1/2 thìa cà phê tiêu đen
- Dầu thực vật để chiên

**HƯỚNG DẪN:**

a) Trong một bát, trộn nước tương, nước tương đen, rượu gạo, đường, tỏi băm, bột ngũ vị hương và hạt tiêu đen. Trộn đều để làm nước xốt.

b) Đặt các dải thịt lợn vào đĩa cạn và rưới nước xốt lên trên. Hãy chắc chắn rằng tất cả các mặt của thịt lợn được phủ đều. Để chúng ướp ít nhất 2 giờ, hoặc tốt nhất là qua đêm trong tủ lạnh.

c) Làm nóng lò ở nhiệt độ 325°F (165°C).

d) Lấy các dải thịt lợn ra khỏi nước xốt và vỗ nhẹ cho khô bằng khăn giấy.

e) Đun nóng dầu thực vật trong chảo lớn hoặc chảo trên lửa vừa cao.

f) Chiên từng miếng thịt lợn đã ướp cho đến khi giòn và chín vàng đều hai mặt. Lấy chúng ra khỏi dầu và để ráo trên khăn giấy.

g) Đặt các dải thịt lợn chiên lên khay nướng và nướng trong lò làm nóng trước khoảng 20-25 phút để đảm bảo chúng chín hoàn toàn và giòn.

h) Lấy ra khỏi lò và để thịt lợn khô hoàn toàn nguội.

i) Phục vụ Thịt lợn khô kiểu Đài Loan như một món ăn nhẹ hoặc món khai vị.

## 74.Cơm cuộn Đài Loan

**THÀNH PHẦN:**

- 2 chén gạo hạt ngắn nấu chín
- 1 lb (450g) protein tùy chọn (thịt lợn, thịt gà, thịt bò, đậu phụ), thái lát mỏng
- 2 muỗng canh nước tương
- 1 muỗng canh dầu hào
- 1 muỗng canh dầu mè
- 1 muỗng canh dầu thực vật
- 4 tép tỏi, băm nhỏ
- 1 chén rau diếp thái nhỏ hoặc các loại rau lá xanh khác
- 1 cốc cà rốt thái hạt lựu
- 1 chén giá đỗ
- 1/2 chén hành lá xắt nhỏ
- Nước sốt hoisin (để phục vụ)
- Sriracha hoặc tương ớt (để phục vụ)

**HƯỚNG DẪN:**

a) Trong tô, ướp protein thái mỏng (thịt lợn, thịt gà, thịt bò, đậu phụ) với nước tương, dầu hào và dầu mè. Đặt sang một bên trong ít nhất 15 phút.
b) Đun nóng dầu thực vật trong chảo hoặc chảo trên lửa vừa cao.
c) Cho tỏi băm vào chảo và xào khoảng 1 phút cho đến khi có mùi thơm.
d) Thêm protein đã ướp vào chảo và nấu cho đến khi chín và hơi caramen.
e) Lấy protein ra khỏi chảo và đặt sang một bên.
f) Trong cùng một chảo, thêm một chút dầu nếu cần và xào rau diếp cắt nhỏ, cà rốt thái sợi, giá đỗ và hành lá cắt nhỏ trong vài phút cho đến khi rau hơi chín nhưng vẫn giòn.
g) Chia cơm đã nấu ra đĩa.
h) Đặt một phần rau xào và protein lên trên cơm.
i) Cuộn cơm và nhân thật chặt bằng màng bọc thực phẩm hoặc tấm lót sushi.
j) Bỏ màng bọc thực phẩm hoặc tấm lót sushi và phục vụ Cơm cuộn Đài Loan với sốt tương đen và tương sriracha hoặc tương ớt bên cạnh.

# MÌ

## 75.Bún xào Đài Loan

**THÀNH PHẦN:**

- 8 oz (225g) mì khô (mi fen)
- 2 muỗng canh dầu thực vật
- 2 tép tỏi, băm nhỏ
- 1 chén bắp cải thái nhỏ
- 1 chén giá đỗ
- 1/2 chén cà rốt thái lát
- 1/2 chén ớt chuông xanh thái lát
- 2 muỗng canh nước tương
- 1 muỗng canh dầu hào
- 1/2 thìa cà phê đường
- 1/4 thìa cà phê tiêu trắng
- Hành lá cắt nhỏ (để trang trí)

**HƯỚNG DẪN:**

a) Nấu mì gạo theo hướng dẫn trên bao bì. Xả và đặt sang một bên.
b) Đun nóng dầu thực vật trong chảo hoặc chảo lớn trên lửa vừa cao.
c) Thêm tỏi băm vào xào khoảng 1 phút cho đến khi có mùi thơm.
d) Cho bắp cải thái nhỏ, giá đỗ, cà rốt thái lát và ớt chuông xanh vào chảo. Xào khoảng 2-3 phút cho đến khi rau hơi mềm.
e) Đẩy rau sang một bên chảo và thêm bún đã nấu chín vào mặt trống.
f) Trong một bát nhỏ, trộn đều nước tương, dầu hào, đường và tiêu trắng. Đổ nước sốt này lên mì.
g) Xào mọi thứ với nhau thêm 2-3 phút nữa cho đến khi mì được phủ đều nước sốt và đun nóng.
h) Trang trí với hành lá xắt nhỏ.
i) Dùng nóng Tsao Mi Fun như món chính hoặc món phụ.

## 76.mì Danzai

**THÀNH PHẦN:**

- 8 oz mì sợi mỏng (chẳng hạn như mì udon hoặc mì ramen)
- 4 chén nước luộc gà hoặc rau
- 1 chén giá đỗ
- 1 chén rau xanh chần (chẳng hạn như cải chíp hoặc rau chân vịt)
- 1/4 chén thịt lợn xay, nấu chín và nêm với nước tương và dầu mè
- 2 quả trứng luộc chín, giảm một nửa
- Nước tương, dấm, dầu ớt, tỏi băm (để ăn)

**HƯỚNG DẪN:**

a) Nấu mì theo hướng dẫn trên bao bì. Xả và đặt sang một bên.
b) Trong nồi, đun nóng nước luộc gà hoặc rau cho đến khi sôi.
c) Chia mì đã nấu chín vào các bát phục vụ.
d) Múc nước dùng nóng lên trên mì.
e) Phủ lên trên mì với giá đỗ, rau xanh chần, thịt lợn xay tẩm gia vị và nửa quả trứng luộc chín.
f) Ăn kèm Tà -Á- Mĩ với nước tương, dấm, dầu ớt và tỏi băm. Trộn các gia vị mong muốn cho vừa ăn.

## 77.Bún hàu

**THÀNH PHẦN:**

- 8 oz mee sua (mì bún sợi mỏng)
- 2 chén nước luộc gà hoặc rau
- 1 chén hàu, bóc vỏ và để ráo nước
- 1/4 chén thịt lợn hoặc thịt gà thái lát
- 2 tép tỏi, băm nhỏ
- 1 muỗng canh nước tương
- 1 muỗng canh dầu hào
- 1 muỗng canh dầu mè
- Hành lá cắt nhỏ (để trang trí)

**HƯỚNG DẪN:**

a) Nấu mì mee sua theo hướng dẫn trên bao bì. Xả và đặt sang một bên.
b) Trong nồi, đun nóng nước luộc gà hoặc rau cho đến khi sôi.
c) Trong một chảo riêng, đun nóng một ít dầu rồi cho tỏi băm vào xào cho thơm.
d) Thêm thịt lợn hoặc thịt gà thái lát vào chảo và nấu cho đến khi chín.
e) Thêm hàu vào chảo và nấu nhanh cho đến khi chúng bắt đầu cong lại.
f) Khuấy nước tương, dầu hào và dầu mè.
g) Chia mì mee sua đã nấu chín vào các bát phục vụ.
h) Múc nước dùng nóng lên trên mì.
i) Đổ hỗn hợp hàu và thịt lên trên mì.
j) Trang trí với hành lá xắt nhỏ.
k) Dùng nóng Ô-Á Mī-Sòa như một món mì hàu đầy hương vị.

## 78.Mì Bò Đài Loan

**THÀNH PHẦN:**

- 8 oz mì lúa mì (chẳng hạn như mì udon hoặc mì ramen)
- 1 lb ức bò hoặc thịt bò hầm, thái lát mỏng
- 4 chén nước luộc thịt bò
- 2 muỗng canh nước tương
- 1 muỗng canh dầu hào
- 1 muỗng canh nước tương đen
- 1 thìa đường
- 1 muỗng canh dầu thực vật
- 4 tép tỏi, băm nhỏ
- 2 củ hành xanh, xắt nhỏ
- Muối và hạt tiêu cho vừa ăn
- Cải chua ngâm (để ăn kèm)

**HƯỚNG DẪN:**

a) Nấu mì lúa mì theo hướng dẫn trên bao bì. Xả và đặt sang một bên.
b) Trong nồi, đun nóng dầu thực vật rồi xào tỏi băm cho đến khi có mùi thơm.
c) Thêm thịt bò thái lát vào nồi và nấu cho đến khi chín.
d) Khuấy nước tương, dầu hào, nước tương đen, đường, muối và hạt tiêu.
e) Đổ nước dùng thịt bò vào và đun nhỏ lửa.
f) Nấu thịt bò trong nước dùng cho đến khi mềm, khoảng 1-2 giờ.
g) Chia mì lúa mì đã nấu chín vào các bát phục vụ.
h) Múc nước luộc thịt bò nóng lên trên mì, đảm bảo có vài lát thịt bò.
i) Trang trí với hành lá xắt nhỏ và dùng kèm với rau cải muối ngâm bên cạnh.

## 79.băm nhỏ Bún Thịt Heo

**THÀNH PHẦN:**

- 8 oz mì lúa mì (chẳng hạn như mì udon hoặc mì ramen)
- 1 lb thịt lợn xay
- 2 muỗng canh nước tương
- 2 muỗng canh nước tương đen
- 2 muỗng canh dầu hào
- 1 thìa đường
- 1 muỗng canh dầu thực vật
- 4 tép tỏi, băm nhỏ
- 2 củ hành xanh, xắt nhỏ
- Muối và hạt tiêu cho vừa ăn

**HƯỚNG DẪN:**

a) Nấu mì lúa mì theo hướng dẫn trên bao bì. Xả và đặt sang một bên.
b) Trong chảo, làm nóng dầu thực vật và xào tỏi băm cho đến khi có mùi thơm.
c) Thêm thịt lợn xay vào chảo và nấu cho đến khi chín vàng.
d) Khuấy nước tương, nước tương đen, dầu hào, đường, muối và hạt tiêu.
e) Nấu hỗn hợp thịt lợn thêm vài phút nữa cho đến khi nóng.
f) Chia mì lúa mì đã nấu chín vào các bát phục vụ.
g) Đổ hỗn hợp thịt lợn băm lên trên mì.
h) Trang trí với hành lá xắt nhỏ.
i) Dùng nóng Bún Thịt Heo Bằm như một món mì thơm ngon và vừa miệng.

## 80.Mì gà dầu mè

**THÀNH PHẦN:**

- 8 oz mì lúa mì (chẳng hạn như mì udon hoặc mì ramen)
- 2 ức gà không xương, không da, thái lát mỏng
- 2 muỗng canh nước tương
- 1 muỗng canh dầu mè
- 1 muỗng canh giấm gạo
- 1 thìa đường
- 1 muỗng canh dầu thực vật
- 4 tép tỏi, băm nhỏ
- 2 củ hành xanh, xắt nhỏ
- Muối và hạt tiêu cho vừa ăn

**HƯỚNG DẪN:**

a) Nấu mì lúa mì theo hướng dẫn trên bao bì. Xả và đặt sang một bên.
b) Trong tô, ướp các lát gà với nước tương, dầu mè, giấm gạo, đường, muối và tiêu trong khoảng 15 phút.
c) Đun nóng dầu thực vật trong chảo hoặc chảo trên lửa vừa.
d) Phi tỏi băm cho thơm.
e) Thêm các lát thịt gà đã ướp vào chảo và xào cho đến khi chín.
f) Chia mì lúa mì đã nấu chín vào các bát phục vụ.
g) Phủ mì với gà dầu mè.
h) Trang trí với hành lá xắt nhỏ.
i) Dùng nóng Mì gà dầu mè như một món mì thơm và đầy hương vị.

# Súp và nước kho

## 81.Nước dùng súp gà tự làm kiểu Đài Loan

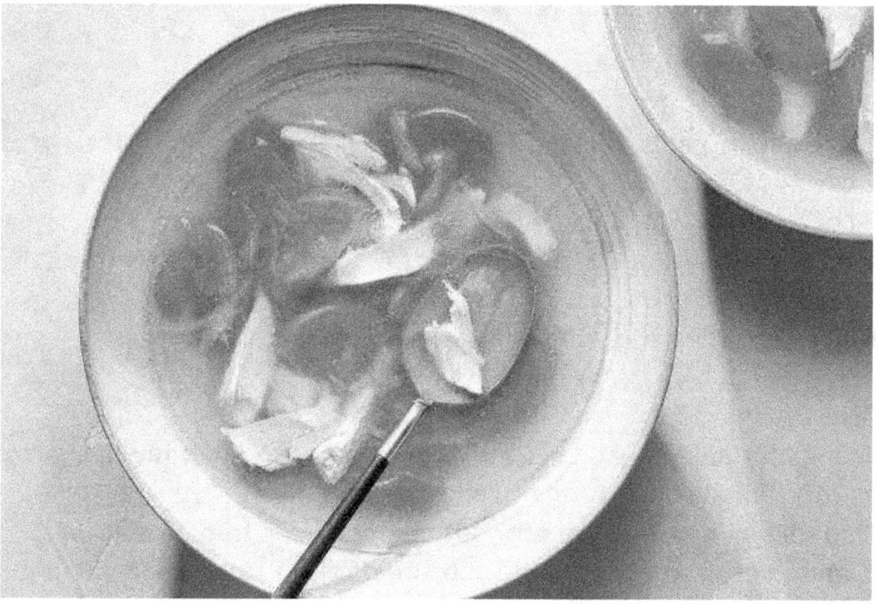

**THÀNH PHẦN:**

- 1 con gà nguyên con (khoảng 4 lbs /1,8 kg), cắt thành từng miếng
- 10 cốc nước
- 1 củ hành tây, cắt tư
- 4 tép tỏi
- Gừng miếng 1 inch, thái lát
- 2 củ cà rốt, xắt nhỏ
- 2 cọng cần tây, xắt nhỏ
- 1 muỗng canh nước tương
- 1 muỗng canh rượu gạo
- Muối và hạt tiêu cho vừa ăn

**HƯỚNG DẪN:**

a) Trong một nồi lớn, trộn các miếng thịt gà, nước, hành tây, tỏi, gừng, cà rốt, cần tây, nước tương và rượu gạo.
b) Đun sôi hỗn hợp trên lửa cao. Hớt bỏ bọt nổi lên trên bề mặt.
c) Giảm nhiệt xuống thấp và để súp sôi, đậy nắp trong khoảng 2-3 giờ để hương vị lan tỏa và thịt gà trở nên mềm.
d) Lấy miếng thịt gà ra khỏi súp và lọc nước kho để loại bỏ chất rắn.
e) Nêm nước dùng với muối và hạt tiêu cho vừa ăn.
f) Cắt nhỏ hoặc băm nhỏ thịt gà đã nấu chín và thêm lại vào súp nếu muốn.
g) Phục vụ món súp gà tự làm kiểu Đài Loan nóng hổi như một món súp dễ chịu và bổ dưỡng.

## 82.cay Đài Loan Phở bò

**THÀNH PHẦN:**

- 1 lb (450g) thịt bò hầm, cắt thành miếng vừa ăn
- 8 chén nước luộc thịt bò
- 2 cốc nước
- 4 tép tỏi, băm nhỏ
- Gừng miếng 1 inch, thái lát
- 2 muỗng canh dầu thực vật
- 2 muỗng canh tương ớt (doubanjiang)
- 2 muỗng canh nước tương
- 1 thìa đường
- 1 muỗng canh rượu gạo Trung Quốc (rượu Thiệu Hưng)
- 1 thìa cà phê bột ngũ vị hương
- Muối để nếm
- 8 oz (225g) mì khô
- Cải chíp hoặc các loại rau lá xanh khác, xắt nhỏ
- Hành lá cắt nhỏ (để trang trí)
- Rau mùi tươi, cắt nhỏ (để trang trí)

**HƯỚNG DẪN:**

a) Đun nóng dầu thực vật trong nồi lớn hoặc lò nướng Hà Lan trên lửa vừa.

b) Cho tỏi băm, gừng thái lát và tương ớt vào nồi. Xào khoảng 1 phút cho đến khi có mùi thơm.

c) Cho thịt bò hầm vào nồi và chiên vàng đều các mặt.

d) Trong một bát nhỏ, trộn đều nước tương, đường, rượu gạo, ngũ vị hương và muối. Đổ hỗn hợp này lên thịt bò.

e) Thêm nước dùng thịt bò và nước vào nồi. Đun sôi súp, sau đó giảm nhiệt và đun nhỏ lửa trong khoảng 1,5-2 giờ cho đến khi thịt bò mềm và các hương vị hòa quyện vào nhau.

f) Trong một nồi riêng, nấu mì theo hướng dẫn trên bao bì. Xả và đặt sang một bên.

g) Thêm cải thìa hoặc rau lá xanh cắt nhỏ vào súp và nấu thêm 3-5 phút cho đến khi chúng mềm.

h) Chia mì đã nấu chín vào các bát phục vụ và múc súp thịt bò cay lên trên.

i) Trang trí với hành lá xắt nhỏ và rau mùi.

j) Phục vụ món mì bò cay Đài Loan nóng và thưởng thức!

## 83.Món mì bò kiểu Đài Loan

**THÀNH PHẦN:**

5 cốc nước
1 cốc nước tương
1/4 chén đường nâu nhạt đóng gói
2 thìa cà phê gừng tươi
1 bó hành xanh
3 tép tỏi, đập dập
10 cọng rau mùi tươi
1/2 chén ngò tươi đóng gói lỏng lẻo
4 cây hồi
1/4 muỗng cà phê ớt đỏ
2-1/2 pound sườn bò ngắn
2 chén nước luộc gà
10 ounce mì bột mì Trung Quốc
1 chén giá đỗ xanh tươi
Nhánh rau mùi tươi

**HƯỚNG DẪN:**

Đun sôi nước trong nồi từ năm đến sáu lít. Thêm nước tương, đường nâu, gừng, phần trắng của hành lá, tỏi, cọng ngò, hoa hồi và ớt đỏ vào, sau đó giảm nhiệt và đun nhỏ lửa, không đậy nắp trong 10 phút.

Thêm sườn ngắn vào và tiếp tục đun nhỏ lửa, đậy nắp, thỉnh thoảng đảo cho đến khi thịt thật mềm nhưng không bị nát. Việc này có thể mất tới 2 tiếng rưỡi; khi xong, để thịt trong nước nấu, không đậy nắp trong 1 giờ.

Lấy thịt ra khỏi nước dùng và cắt ngang thớ thành những lát dày 1/2 inch.

Gạn nước dùng thịt bò và loại bỏ chất rắn; thêm nước luộc gà và thịt rồi hâm nóng súp ở lửa vừa phải.

Luộc mì trong nước sôi không muối cho đến khi mềm, sau đó để ráo nước và thêm vào nước dùng.

Trang trí với phần xanh của hành lá, nhánh ngò và giá đỗ.

## 84.Thịt Đài Loan Canh

**THÀNH PHẦN:**

- 1 lb (450g) thịt lợn hoặc thịt bò, thái lát mỏng
- 4 chén nước luộc thịt bò hoặc rau
- 2 tép tỏi, băm nhỏ
- Gừng miếng 1 inch, thái lát
- 2 củ hành xanh, xắt nhỏ
- 1 chén bắp cải Napa, thái lát
- 1 chén giá đỗ
- 1/2 chén nấm thái lát
- 2 muỗng canh nước tương
- 1 muỗng canh dầu hào
- 1 muỗng canh dầu mè
- Muối và hạt tiêu cho vừa ăn

**HƯỚNG DẪN:**

a) Trong một nồi lớn, đun sôi nước luộc thịt bò hoặc rau.
b) Cho tỏi băm, gừng thái lát và hành lá xắt nhỏ vào nồi.
c) Cho thịt lợn hoặc thịt bò thái mỏng vào nồi đun khoảng 1-2 phút cho đến khi không còn màu hồng.
d) Thêm bắp cải Napa, giá đỗ và nấm thái lát vào nồi. Nấu thêm 2-3 phút nữa cho đến khi rau hơi mềm.
e) Trong một bát nhỏ, trộn đều nước tương, dầu hào, dầu mè, muối và tiêu. Đổ nước sốt này vào nồi và khuấy đều để kết hợp.
f) Đun sôi súp thêm 5 phút để hương vị hòa quyện.
g) Phục vụ Súp Thịt Đài Loan nóng như một bữa ăn thịnh soạn và ngon miệng.

## 85.Súp phở phẳng kiểu Hakka của Đài Loan

**THÀNH PHẦN:**

- 8 oz (225g) mì gạo dẹt ( hor fun)
- 1 lb (450g) thịt lợn xay
- 2 tép tỏi, băm nhỏ
- 1 muỗng canh dầu thực vật
- 4 chén nước luộc gà
- 1 chén bắp cải Napa, thái lát mỏng
- 1 chén giá đỗ
- 1/4 chén nước tương
- 2 muỗng canh dầu hào
- 1 muỗng canh dầu mè
- 1/2 thìa cà phê tiêu trắng
- Hành lá cắt nhỏ (để trang trí)

**HƯỚNG DẪN:**

a) Nấu mì gạo dẹt theo hướng dẫn trên bao bì. Xả và đặt sang một bên.
b) Trong nồi lớn hoặc lò Hà Lan, đun nóng dầu thực vật trên lửa vừa.
c) Thêm tỏi băm vào xào khoảng 1 phút cho đến khi có mùi thơm.
d) Cho thịt lợn xay vào nồi và nấu cho đến khi chín vàng.
e) Đổ nước luộc gà vào và đun sôi.
f) Cho bắp cải Napa và giá đỗ vào nồi. Nấu khoảng 2-3 phút cho đến khi rau hơi mềm.
g) Trong một bát nhỏ, trộn đều nước tương, dầu hào, dầu mè và tiêu trắng. Đổ nước sốt này vào nồi và khuấy đều để kết hợp.
h) Giảm nhiệt xuống thấp và để súp sôi thêm 5 phút nữa để hương vị hòa quyện.
i) Chia bún đã nấu chín vào các bát phục vụ và múc súp lên trên.
j) Trang trí với hành lá xắt nhỏ.
k) Phục vụ món Bún phẳng kiểu Hakka Đài Loan nóng và thưởng thức!

## 86.Súp gà dầu mè Đài Loan

**THÀNH PHẦN:**

- 1 con gà nguyên con (khoảng 4 lbs /1,8 kg), cắt thành từng miếng
- 8 cốc nước
- 2 muỗng canh dầu mè
- 2 muỗng canh nước tương
- 1 muỗng canh rượu gạo
- 1 muỗng canh gừng, thái lát
- 2 tép tỏi, băm nhỏ
- Muối và hạt tiêu cho vừa ăn
- Hành lá cắt nhỏ (để trang trí)

**HƯỚNG DẪN:**

a) Trong một nồi lớn, trộn các miếng thịt gà, nước, dầu mè, nước tương, rượu gạo, gừng và tỏi.
b) Đun sôi hỗn hợp trên lửa cao. Hớt bỏ bọt nổi lên trên bề mặt.
c) Giảm nhiệt xuống thấp và để súp sôi, đậy nắp trong khoảng 1,5-2 giờ cho đến khi gà mềm và có mùi vị.
d) Lấy miếng thịt gà ra khỏi súp và xé thịt. Bỏ xương đi.
e) Cho thịt gà xé vào súp và nêm muối và hạt tiêu cho vừa ăn.
f) Dùng nóng Súp gà dầu mè Đài Loan, trang trí với hành lá xắt nhỏ.

## 87.Súp bánh củ cải Đài Loan

**THÀNH PHẦN:**

**ĐỐI VỚI BÁNH CỦ CẢI:**

- 2 chén bột gạo
- 2 cốc nước
- 2 chén củ cải thái nhỏ (củ cải daikon)
- 1/4 chén tôm khô, ngâm nước và băm nhỏ
- 1/4 chén nấm khô, ngâm và thái hạt lựu
- 2 muỗng canh hẹ, băm nhỏ
- 2 muỗng canh dầu thực vật
- 2 muỗng canh nước tương
- 1 thìa cà phê muối
- 1/2 thìa cà phê tiêu trắng

**ĐỐI VỚI Súp:**

- 4 chén nước luộc gà
- 2 cốc nước
- 2 củ hành xanh, xắt nhỏ
- Muối và hạt tiêu cho vừa ăn

**HƯỚNG DẪN:**

**ĐỐI VỚI BÁNH CỦ CẢI:**

a) Trong một tô trộn, trộn bột gạo và nước. Khuấy đều cho đến khi hỗn hợp mịn và không bị vón cục.
b) Đun nóng dầu thực vật trong chảo lớn hoặc chảo trên lửa vừa.
c) Thêm hành tím băm, tôm khô và nấm khô vào chảo. Xào khoảng 2 phút cho đến khi có mùi thơm.
d) Cho củ cải thái nhỏ vào chảo và xào thêm 2-3 phút nữa cho đến khi củ cải hơi mềm.
e) Đổ hỗn hợp bột gạo vào chảo và khuấy liên tục để tránh bị vón cục.
f) Thêm nước tương, muối và tiêu trắng vào chảo. Khuấy đều để kết hợp tất cả các thành phần.
g) Nấu hỗn hợp trên lửa vừa, khuấy liên tục cho đến khi nó đặc lại và tạo thành một hỗn hợp dính.
h) Bôi mỡ vào khuôn bánh hình vuông hoặc tròn rồi đổ hỗn hợp bánh củ cải vào. Làm mịn bề mặt.
i) Hấp bánh củ cải trên lửa lớn trong khoảng 45-50 phút cho đến khi cứng và chín.
j) Lấy bánh củ cải ra khỏi nồi hấp và để nguội hoàn toàn.
k) Sau khi nguội, lấy bánh củ cải ra khỏi chảo và cắt thành từng miếng mong muốn.

**ĐỐI VỚI Súp:**

l) Trong một nồi lớn, trộn nước luộc gà, nước và hành lá cắt nhỏ. Mang hỗn hợp trên vào đun sôi.
m) Cho bánh củ cải thái lát vào nồi và đun nhỏ lửa trong khoảng 5 phút cho chín.
n) Nêm súp với muối và hạt tiêu cho vừa ăn.
o) Ăn nóng Bánh củ cải Đài Loan như một món ăn thơm ngon và dễ chịu.

# PHỤ VÀ ĐIỀ U KIỆ N

## 88.Bắp Cải Đài Loan Xào

**THÀNH PHẦN:**

- 1 đầu bắp cải nhỏ, thái nhỏ
- 2 muỗng canh dầu thực vật
- 2 tép tỏi, băm nhỏ
- 1 muỗng canh nước tương
- 1 thìa cà phê đường
- 1/2 thìa cà phê muối
- 1/4 thìa cà phê tiêu đen

**HƯỚNG DẪN:**

a) Đun nóng dầu thực vật trong chảo hoặc chảo lớn trên lửa vừa cao.

b) Thêm tỏi băm vào xào khoảng 1 phút cho đến khi có mùi thơm.

c) Cho bắp cải thái nhỏ vào chảo và xào khoảng 3-4 phút cho đến khi bắp cải bắt đầu mềm.

d) Trong một bát nhỏ, trộn đều nước tương, đường, muối và tiêu đen. Đổ nước sốt này lên bắp cải.

e) Tiếp tục xào thêm 2-3 phút nữa cho đến khi bắp cải chín như bạn mong muốn.

f) Dùng nóng Bắp cải xào kiểu Đài Loan như món ăn phụ hoặc với cơm trắng.

## 89.Chùa Đậu

**THÀNH PHẦN:**

- 1 chén đậu Hà Lan đông lạnh
- 1 củ hành tây nhỏ, thái nhỏ
- 2 tép tỏi, băm nhỏ
- 1 muỗng cà phê gừng dán
- 1 quả ớt xanh, thái nhỏ (tùy chọn)
- 1 muỗng canh dầu thực vật
- 1 thìa cà phê hạt thì là
- 1 thìa cà phê bột nghệ
- 1 thìa cà phê bột rau mùi
- Muối để nếm
- Lá rau mùi tươi để trang trí

**HƯỚNG DẪN:**

a) Đun nóng dầu thực vật trong chảo trên lửa vừa.
b) Thêm hạt thì là và để chúng sôi trong vài giây.
c) Thêm hành tây xắt nhỏ, tỏi băm, gừng và ớt xanh (nếu dùng). Xào cho đến khi hành tây chuyển sang màu trong suốt.
d) Thêm bột nghệ và bột rau mùi. Khuấy đều để kết hợp.
e) Thêm đậu Hà Lan đông lạnh vào chảo và trộn đều với hỗn hợp gia vị.
f) Nấu khoảng 5-7 phút, thỉnh thoảng khuấy đều cho đến khi đậu mềm.
g) Nêm muối cho vừa ăn và khuấy lần cuối.
h) Trang trí với lá rau mùi tươi.
i) Ăn nóng như một món ăn kèm hoặc với cơm hoặc bánh roti.

## 90.Dưa chua Đài Loan

**THÀNH PHẦN:**

- 2 quả dưa chuột, thái lát mỏng
- 1 củ cà rốt, thái lát mỏng
- 1/2 củ cải daikon, thái lát mỏng
- 2 tép tỏi, băm nhỏ
- 1 thìa đường
- 1 muỗng canh muối
- 1/4 chén giấm gạo
- 1 muỗng cà phê dầu mè
- 1/2 muỗng cà phê ớt đỏ (tùy chọn)

**HƯỚNG DẪN:**

a) Trong một bát trộn, trộn dưa chuột thái lát, cà rốt và củ cải daikon.

b) Rắc muối lên rau và trộn đều. Để chúng ngồi trong khoảng 15 phút để hút hết độ ẩm dư thừa.

c) Sau 15 phút, vắt rau để loại bỏ nước thừa.

d) Trong một bát nhỏ, trộn đều tỏi băm, đường, giấm gạo, dầu mè và ớt đỏ (nếu dùng).

e) Đổ hỗn hợp lên rau và trộn đều để phủ đều.

f) Chuyển dưa chua vào lọ hoặc hộp sạch có nắp đậy kín.

g) Để dưa chua ướp trong tủ lạnh ít nhất 2 giờ trước khi dùng.

h) Dưa chua Đài Loan hiện đã sẵn sàng để thưởng thức như một món ăn kèm hoặc gia vị giải khát.

91.Chiên hẹ

**THÀNH PHẦN:**

- 6 củ hẹ, thái lát mỏng
- Dầu thực vật để chiên

**HƯỚNG DẪN:**

a) Đun nóng dầu thực vật trong chảo hoặc nồi sâu lòng.

b) Cho hẹ tây thái lát vào dầu nóng và chiên cho đến khi chúng chuyển sang màu vàng nâu và giòn.

c) Dùng thìa có rãnh vớt hẹ đã chiên ra và để ráo dầu trên đĩa có lót khăn giấy.

d) Rắc hẹ chiên lên trên các món ăn như một món trang trí tạo hương vị hoặc dùng chúng như một loại gia vị.

## 92.đồ chua Mù tạt xanh

**THÀNH PHẦN:**

- 1 lb rau mù tạt, xắt nhỏ
- 2 muỗng canh muối
- 2 thìa đường
- 2 tép tỏi, băm nhỏ
- 1 muỗng canh giấm gạo

**HƯỚNG DẪN:**

a) Trong một cái bát, trộn mù tạt xanh xắt nhỏ, muối và đường. Trộn đều.

b) Để hỗn hợp trong khoảng 30 phút để muối và đường hút bớt độ ẩm từ cải xanh.

c) Rửa sạch cải xanh dưới nước lạnh để loại bỏ lượng muối dư thừa.

d) Bóp hết hơi ẩm còn sót lại trên lá mù tạt và chuyển chúng vào hộp đựng sạch.

e) Thêm tỏi băm và giấm gạo vào hộp và trộn đều.

f) Đậy nắp hộp và để cải chua ướp trong tủ lạnh ít nhất 1 ngày trước khi sử dụng.

g) Phục vụ rau mù tạt ngâm như một món ăn kèm thơm và giòn hoặc dùng chúng như một loại gia vị.

## 93.Nước sốt dầu ớt

**THÀNH PHẦN:**

- 1/4 chén dầu thực vật
- 2 thìa ớt bột
- 1 muỗng canh nước tương
- 1 muỗng canh dầu mè
- 1 thìa cà phê đường
- 1/2 thìa cà phê muối
- 1/2 muỗng cà phê hạt tiêu Tứ Xuyên (tùy chọn)

**HƯỚNG DẪN:**

a) Đun nóng dầu thực vật trong chảo nhỏ trên lửa vừa.

b) Thêm ớt bột và hạt tiêu Tứ Xuyên (nếu dùng) vào dầu nóng. Nấu trong vài phút cho đến khi dầu có mùi thơm.

c) Nhấc chảo ra khỏi bếp và để ớt và hạt tiêu ngâm trong dầu khoảng 10 phút.

d) Khuấy nước tương, dầu mè, đường và muối.

e) Đổ nước sốt dầu ớt vào lọ và để nguội trước khi sử dụng.

f) Dùng nước sốt dầu ớt như một loại gia vị cay và thơm cho mì, bánh bao hoặc các món ăn khác.

## 94. Tương ớt ngọt

**THÀNH PHẦN:**

- 1/2 chén đường
- 1/4 chén giấm gạo
- 1/4 cốc nước
- 2 tép tỏi, băm nhỏ
- 1 muỗng canh ớt bột
- 1 thìa cà phê bột bắp
- 1 muỗng canh nước

**HƯỚNG DẪN:**

a) Trong một cái chảo nhỏ, trộn đường, giấm gạo, nước, tỏi băm và ớt bột. Đun sôi hỗn hợp trên lửa vừa.

b) Trong một bát riêng, hòa tan bột ngô với 1 thìa nước để tạo thành hỗn hợp sền sệt.

c) Khuấy hỗn hợp bột bắp vào nước sốt đang sôi. Nấu thêm một phút nữa cho đến khi nước sốt đặc lại.

d) Nhấc chảo ra khỏi bếp và để tương ớt ngọt nguội trước khi sử dụng.

e) Dùng nước sốt ớt ngọt như một loại gia vị thơm và hơi cay cho các món ăn Đài Loan khác nhau hoặc làm nước chấm.

# MÓN TRÁNG MIỆNG

## 95.Bánh bông lan Đài Loan

**THÀNH PHẦN:**

- 6 quả trứng
- 1 cốc bột mì đa dụng
- 1 cốc đường
- 1 thìa cà phê bột nở
- 1/4 cốc sữa
- 1/4 chén dầu thực vật
- 1 muỗng cà phê chiết xuất vani

**HƯỚNG DẪN:**

a) Làm nóng lò ở nhiệt độ 350°F (175°C).
b) Tách lòng đỏ và lòng trắng trứng vào hai tô trộn.
c) Trong tô đựng lòng đỏ trứng, thêm đường và chiết xuất vani. Đánh hỗn hợp cho đến khi nó trở nên nhạt và kem.
d) Trong một bát riêng, rây bột mì đa dụng và bột nở.
e) Dần dần thêm hỗn hợp bột đã rây vào hỗn hợp lòng đỏ trứng, xen kẽ với việc thêm sữa và dầu thực vật. Trộn cho đến khi kết hợp tốt.
f) Trong tô đựng lòng trắng trứng, đánh cho đến khi tạo thành chóp cứng.
g) Nhẹ nhàng trộn lòng trắng trứng đã đánh vào bột, lưu ý không trộn quá kỹ.
h) Đổ bột vào chảo bánh đã phết dầu và lót giấy.
i) Nướng trong lò làm nóng trước khoảng 30-35 phút, hoặc cho đến khi cắm tăm vào giữa tăm thấy tăm sạch.
j) Lấy bánh ra khỏi lò và để nguội trong chảo trong vài phút. Sau đó chuyển nó sang giá lưới để nguội hoàn toàn.
k) Sau khi nguội, cắt bánh xốp Đài Loan và thưởng thức.

# 96.Bánh Dứa Đài Loan

**THÀNH PHẦN:**

**ĐỐI VỚI NHIỀU DỨA:**

- 2 chén dứa tươi, thái nhỏ
- 1/2 chén đường
- 1 thìa nước cốt chanh

**ĐỐI VỚI BÁNH:**

- 2 chén bột mì đa dụng
- 1/2 chén đường bột
- 1 cốc bơ không muối, làm mềm
- 1 lòng đỏ trứng
- 1 thìa sữa

**HƯỚNG DẪN:**

**ĐỐI VỚI NHIỀU DỨA:**

a) Trong một cái chảo, trộn dứa cắt nhỏ, đường và nước cốt chanh.
b) Nấu trên lửa nhỏ, khuấy thường xuyên cho đến khi hỗn hợp đặc lại và chất lỏng bay hơi, khoảng 30-40 phút.
c) Tắt bếp và để nhân dứa nguội hoàn toàn.

**ĐỐI VỚI BÁNH:**

d) Trong một tô trộn, trộn bột mì đa dụng và đường bột.
e) Thêm bơ đã làm mềm vào và trộn cho đến khi hỗn hợp giống như vụn thô.
f) Thêm lòng đỏ trứng và sữa. Trộn cho đến khi bột quyện lại với nhau.
g) Chia bột thành từng phần nhỏ và ấn dẹt từng phần thành đĩa tròn.
h) Múc khoảng 1 thìa nhân dứa vào giữa mỗi đĩa bột.
i) Gấp các cạnh của miếng bột lên trên phần nhân, ghim chúng lại với nhau để bịt kín.
j) Đặt những chiếc bánh đã đầy nhân lên khay nướng có lót giấy da.
k) Làm nóng lò ở nhiệt độ 350°F (175°C).
l) Nướng bánh dứa trong lò làm nóng trước khoảng 20-25 phút hoặc cho đến khi có màu vàng nâu.
m) Lấy ra khỏi lò và để chúng nguội trên giá lưới.
n) Thưởng thức Bánh Dứa Đài Loan như một món ăn ngon.

97.Chả cá Đài Loan

**THÀNH PHẦN:**

- 1 lb phi lê cá trắng (chẳng hạn như cá tuyết hoặc đế)
- 1/4 chén bột bắp
- 1/4 chén bột mì đa dụng
- 2 củ hành xanh, thái nhỏ
- 2 muỗng canh nước tương
- 1 muỗng canh dầu hào
- 1 muỗng canh dầu mè
- 1/2 thìa cà phê tiêu trắng
- 1/4 thìa cà phê muối
- Dầu thực vật để chiên

**HƯỚNG DẪN:**

a) Trong máy xay thực phẩm, xay phi lê cá cho đến khi băm nhuyễn.

b) Trong một tô trộn, trộn cá băm, bột ngô, bột mì, hành lá, nước tương, dầu hào, dầu mè, tiêu trắng và muối. Trộn đều để tạo thành một hỗn hợp mịn.

c) Đun nóng dầu thực vật trong chảo rán hoặc chảo trên lửa vừa cao.

d) Lấy một phần nhỏ hỗn hợp cá và nặn thành miếng tròn.

e) Cẩn thận thả miếng chả cá vào chảo dầu nóng rồi chiên cho đến khi miếng cá chuyển sang màu vàng nâu và giòn đều hai mặt.

f) Dùng thìa có rãnh vớt chả cá ra và để ráo dầu trên đĩa có lót khăn giấy.

g) Phục vụ món Tian Bu La nóng như một món ăn đường phố nổi tiếng của Đài Loan.

## 98.Sữa Chiên

**THÀNH PHẦN:**

- 2 cốc sữa nguyên chất
- 1/2 chén bột mì đa dụng
- 1/2 chén bột bắp
- 1/4 cốc đường
- Dầu thực vật để chiên
- Đường bột để rắc đường

**HƯỚNG DẪN:**

a) Trong chảo, đun nóng sữa trên lửa vừa thấp cho đến khi bắt đầu sôi.
b) Trong một tô trộn, trộn đều bột mì đa dụng, bột ngô và đường.
c) Từ từ thêm sữa nóng vào hỗn hợp bột, khuấy liên tục để tránh bị vón cục.
d) Cho hỗn hợp trở lại nồi và đun trên lửa nhỏ, khuấy liên tục cho đến khi hỗn hợp đặc lại và tạo thành hỗn hợp mịn như sữa trứng.
e) Đổ hỗn hợp vào đĩa nướng hình vuông hoặc hình chữ nhật đã bôi mỡ và làm phẳng bề mặt.
f) Để hỗn hợp nguội đến nhiệt độ phòng, sau đó cho vào tủ lạnh ít nhất 2 giờ hoặc cho đến khi hỗn hợp cứng lại.
g) Cắt sữa trứng ướp lạnh thành khối nhỏ.
h) Đun nóng dầu thực vật trong chảo hoặc nồi sâu lòng để chiên.
i) Nhúng các khối sữa trứng vào bát bột mì bổ sung, phủ nhẹ chúng.
j) Cẩn thận thả các khối sữa trứng đã tráng vào dầu nóng và chiên cho đến khi chúng chuyển sang màu vàng nâu và giòn ở bên ngoài.
k) Dùng thìa có rãnh vớt các viên sữa chiên ra khỏi dầu và để ráo trên đĩa có lót khăn giấy.
l) Rắc đường bột lên Zha Niu Nai trước khi dùng.

## 99.Đậu phụng Kem cuộn

**THÀNH PHẦN:**

- 4 lát bánh mì trắng
- 4 muỗng kem yêu thích của bạn (vị đậu phộng rất tốt)
- Đậu phộng rang giã nhuyễn
- Sữa đặc có đường (tùy chọn)

**HƯỚNG DẪN:**

a) Cắt bỏ lớp vỏ ngoài của các lát bánh mì.
b) Dùng cây cán bột cán phẳng các lát bánh mì.
c) Đặt một muỗng kem lên mỗi lát bánh mì dẹt và trải đều.
d) Cuộn từng lát bánh mì thật chặt quanh miếng kem.
e) Cuộn bánh mì và kem cuộn trong đậu phộng rang nghiền để phủ chúng.
f) Tùy chọn: Rưới sữa đặc có đường lên trên để tăng thêm vị ngọt.
g) Đặt các cuộn trong tủ đông ít nhất 1 giờ để cứng lại.
h) Lấy ra khỏi tủ đông, cắt thành từng miếng nhỏ hơn nếu muốn và dùng lạnh.

## 100.Xoài cạo Đá

**THÀNH PHẦN:**

- 2 quả xoài chín
- 2 cốc đá bào
- 1/4 cốc sữa đặc có đường
- 1/4 cốc xi-rô xoài (hoặc xi-rô đơn giản)
- Các loại topping tùy thích (ví dụ: mochi, thạch dừa, trân châu bột sắn)

**HƯỚNG DẪN:**

a) Gọt vỏ và thái hạt lựu một quả xoài. Nghiền xoài thái hạt lựu trong máy xay sinh tố hoặc máy chế biến thực phẩm cho đến khi mịn.
b) Trong một bát phục vụ, xếp lớp đá bào.
c) Rưới sữa đặc và xi-rô xoài (hoặc xi-rô đơn giản) lên đá bào.
d) Đổ xoài xay nhuyễn lên trên.
e) Gọt vỏ và cắt lát xoài còn lại. Xếp các lát xoài lên trên đá bào.
f) Thêm bất kỳ lớp phủ nào bạn muốn, chẳng hạn như mochi, thạch dừa hoặc trân châu khoai mì.
g) Dùng ngay và thưởng thức đá bào xoài mát lạnh nhé!

# PHẦN KẾT LUẬN

Khi kết thúc hành trình đầy hương vị này, chúng tôi hy vọng rằng "Hương vị chợ đêm: Sách nấu ăn đường phố Đài Loan" sẽ đưa bạn đến những con phố nhộn nhịp của Đài Loan và nắm bắt được bản chất của văn hóa ẩm thực đường phố sôi động của nơi này. Ẩm thực đường phố Đài Loan không chỉ là trải nghiệm ẩm thực; đó là sự tôn vinh cộng đồng, truyền thống và niềm vui được chia sẻ những món ăn ngon.

Với các công thức và kỹ thuật được chia sẻ trong cuốn sách nấu ăn này, chúng tôi hy vọng bạn đã có được sự tự tin và cảm hứng để tái tạo hương vị đích thực của món ăn đường phố Đài Loan trong chính căn bếp của mình. Cho dù bạn đang hồi tưởng về chuyến du lịch đến Đài Loan, khám phá những hương vị mới hay chỉ đơn giản là muốn mang hương vị Đài Loan vào bàn ăn của mình, mong rằng cuộc phiêu lưu ẩm thực của bạn sẽ tràn ngập hương vị và mùi thơm sôi động của chợ đêm.

Vì vậy, khi bạn bắt đầu hành trình ẩm thực đường phố Đài Loan của riêng mình, hãy để "Hương vị chợ đêm" là người bạn đồng hành đáng tin cậy của bạn, cung cấp cho bạn những công thức nấu ăn đích thực, những lời khuyên hữu ích và cảm giác khám phá ẩm thực. Tận hưởng hương vị đa dạng, màu sắc rực rỡ và bầu không khí sống động đặc trưng của ẩm thực đường phố Đài Loan và để mỗi món ăn bạn tạo ra mang niềm vui và sự sôi động của chợ đêm đến bàn ăn của bạn.

Chúc căn bếp của bạn tràn ngập hương thơm hấp dẫn của ẩm thực đường phố Đài Loan, tiếng xèo xèo của vỉ nướng cũng như tiếng cười và sự ấm áp của những bữa ăn chung. Chúc bạn nấu ăn vui vẻ và mong rằng những sáng tạo ẩm thực của bạn sẽ đưa bạn trở lại những con phố nhộn nhịp của chợ đêm Đài Loan!

# MỤC LỤC